महिलांचे अर्थभान

(महिलांसाठी आर्थिक नियोजन मार्गदर्शिका)

विनायक कुळकर्णी

सकाळ प्रकाशन

सकाळ प्रकाशन

Mahilanche Aarthbhan (Mahilansathi Aarthik Niyojan Margdarshika)
© Vinayak Kulkarni

महिलांचे अर्थभान (महिलांसाठी आर्थिक नियोजन मार्गदर्शिका)

लेखक	:	विनायक कुळकर्णी
प्रथम आवृत्ती	:	डिसेंबर २०१९
मुखपृष्ठ	:	शिवदास मोरे
मांडणी व मुद्रितशोधन	:	अश्विनी महाजन
प्रकाशक	:	सकाळ मीडिया प्रा. लि. ५९५, बुधवार पेठ, पुणे ४११ ००२
ISBN	:	978-93-89834-05-5
संपर्क	:	०२०-२४४० ५६७८ / ८८८८८ ४९०५० sakalprakashan@esakal.com

प्रत्येक कमावत्या स्त्रीला तिची 'लक्ष्मी'
अधिकाधिक वृद्धिंगत करून कायम जपण्यासाठी
... आदरपूर्वक अर्पण!

मनोगत

रेल्वे डब्यातील ग्रुप असो, कार्यालयातील ग्रुप असो वा भिशीचा ग्रुप असो आर्थिक विषयांवर होणाऱ्या चर्चांना अंत नसतो. फक्त या चर्चा वायफळ न ठरता व्यावहारिक ठरल्या तर लक्ष्मीचे वरदान प्राप्त होणे कठीण नसते. बहुसंख्य स्त्रिया शिकून-सवरून कमावत्या झाल्या आहेत. पण स्वत: कमावलेल्या उत्पन्नाची गुंतवणूक कुठे-कशी-केव्हा करायची याचे निर्णय असोत, वा अन्य आर्थिक व्यवहारासंबंधी निर्णय असोत ते निर्णय स्वत: न घेता वडील, भाऊ किंवा पती यांच्याकडे सोपवणाऱ्या स्त्रिया घराघरांत आढळतात. आजच्या या गृहलक्ष्मींनी आर्थिक साक्षर बनून योग्य निर्णय घेतले तर घराचे आर्थिक वैभव वाढेल, हे नक्की!

दैनिक 'सकाळ'मधील 'गोष्टी पैशाच्या' हे सदर २०११मध्ये लिहिल्यानंतर वाचकांचा आणि मान्यवरांचा प्रतिसाद बघून दैनिक 'सकाळ'चे तत्कालीन कार्यकारी संपादक श्री. पद्मभूषण देशपांडे यांनी २०१२मध्ये स्त्रियांसाठीच्या नवीन सदराची मागणी केली. त्या वेळी माझे स्त्रियांसाठी लिहिलेले *गुंतवणुकीचं ग म भ न* हे पुस्तक येत असल्याचे मी सांगितले. तेव्हा देशपांडेंनी वेगळाच मुद्दा मांडला : 'या पुस्तकातील विषयांव्यतिरिक्त आपल्या नेहमीच्या व्यवहारात बऱ्याच गोष्टी विचारात घ्याव्या लागतात, त्याबद्दल आपण चर्चासुद्धा करतो. पण त्या चर्चा हवेत विरून जातात. तुम्ही त्या गोष्टी चांगल्या मांडू शकाल, अशी मला खात्री आहे. त्या सदराचा 'फॉर्म' कोणता ठेवायचा ते तुम्हीच ठरवा.' देशपांडे यांनी पुन्हा माझ्यावरच जबाबदारी टाकली. त्या वेळी सकाळच्या वरिष्ठ सहसंपादक वैशाली रोडे-निगुडकर यांच्याशी चर्चा करताना ट्रेनमधील बायकांच्या ग्रुपमधील गप्पांचे स्वरूप सदराला देण्याचे नक्की झाले. आणि २०१२चा प्रारंभ 'तिची लक्ष्मी' या सदराने झाला. या सदरातील लेखांचेच हे पुस्तकरूप आहे.

पद्मभूषण देशपांडे यांचे आभार मानलेले त्यांना आवडणार नाहीत. त्यांचा स्नेह आणि प्रोत्साहन माझ्या लेखन-निर्मितीला साहाय्यभूत ठरल्याने त्यांच्याबद्दल कृतज्ञता व्यक्त करणे माझे कर्तव्यच ठरते. त्याचबरोबर देखण्या स्वरूपात हे पुस्तक प्रकाशित करत असल्याबद्दल 'सकाळ प्रकाशन'चा मी आभारी आहे.

माझ्या सदासर्वकाळ हितचिंतक आणि सारस्वत बँकेच्या माजी महाव्यवस्थापक सौ. उर्वशी धराधर यांनी त्यांच्या व्यस्त कार्यक्रमातून वेळ काढून अल्पावधीत पुस्तक वाचून प्रस्तावना लिहून दिली, याबद्दल मी त्यांचा ऋणी आहे.

विषयाला साजेसे आणि आशयघन मुखपृष्ठ चितारल्याबद्दल चित्रकार शिवदास मोरे यांचे आभार मानतो. ज्या स्त्री-पुरुष वाचकांनी मला वेळोवेळी शंका विचारून त्या-त्या विषयांची मांडणी करण्यास भाग पाडले त्या वाचकांचा मी शतशः ऋणी आहे. माझ्या आजवरच्या पुस्तकांप्रमाणेच याही पुस्तकाला वाचक आपलेसे करतील याची खात्री आहे. आपला लोभ असाच वृद्धिंगत व्हावा हीच नम्र विनंती!

– **विनायक कुळकर्णी**

प्रस्तावना

अर्थतज्ज्ञ श्री. विनायक कुळकर्णी यांचे *महिलांचे अर्थभान (महिलांसाठी आर्थिक नियोजन मार्गदर्शिका)* हे पुस्तक म्हणजे आर्थिक विषयावरील त्यांचे चौदावे पुस्तक. अर्थशास्त्र हा एकदम किचकट विषय. यावर खुबीने पुस्तके लिहिणे व ती लोकप्रिय होणे म्हणजे महाकठीण काम. पण हे केवळ विनायक कुळकर्णींच्या ओघवत्या शैलीने, सहज सुलभ अलंकाररहित बोलीभाषेमुळेच शक्य झाले आहे. 'महिलांचे आर्थिक भान' हे पुस्तकाचे शीर्षकच मुळी सांगते की, महिलांनी प्राप्त केलेल्या लक्ष्मीचे योग्य संरक्षण व वृद्धी करण्यासाठी कुबेराची कामगिरी हे पुस्तक करत आहे. रेल्वेमधील महिलांचा डबा हा किलकिलाट करणारा; पण या पुस्तकातल्या सख्या नेहमीच्या वायफळ गप्पागोष्टी न करता आपल्या मेहनतीने कमावलेल्या लक्ष्मीचे योग्य जतन कसे करावे, याचे ज्ञान संपादन करतात व त्यातून साऱ्यांचे प्रबोधनही करतात. पुस्तक हातात घेतल्यावर आपणही या महिलांबरोबर रेल्वे प्रवासात चर्चा करत हे ज्ञान आत्मसात करतो आहोत, असेच वाटते.

अवघड विषय गप्पांच्या ओघात मांडून सर्वांना लक्ष्मीच्या रक्षणासाठी साक्षर बनवणारे हे पुस्तक आहे. या पुस्तकाच्या एकूण ४४ लेखांमधून गुंतवणुकीचे सर्व पैलू घेतले आहेत. चार पैसे बाजूला ठेवण्याची विचारसरणी स्त्रीकडे असतेच, पण स्वत:च्या भावनांवर नियंत्रण ठेवल्यास 'गरजा' आणि 'मागण्या' यामधील लक्ष्मणरेषा स्त्रिया आखू शकतात. मुलांना आर्थिक संस्कारांचे वळण देण्यापासून ते व्याजदर कसे ठरतात त्याची माहिती व आपली गुंतवणूक दुप्पट, तिप्पट व चौपट होण्यासाठी किती अवधीत गुंतवणूक करावी, याचे सूत्र या पुस्तकात खूप छान दिले आहे. साधे, सरळ आर्थिक जीवन जगायची सप्तपदी नीट समजून घेऊन महिलांनी एकेक पाऊल टाकले तर त्यांचे सर्व आर्थिक व्यवहार सुलभ होतील, हे 'सप्तपदी'तून छान समजावले आहे.

'घरकामाचे श्रममूल्य' लेख सुंदर आहे. भविष्यातील आर्थिक खर्च लक्षात घेऊन उत्पन्न, खर्च आणि बचतीचे गणित कसे मांडावे तेही यात सांगितले आहे. मुलांच्या शिक्षणासाठी एकाच गुंतवणूक साधनावर कधीही अवलंबून न राहता तीन-चार प्रकारे गुंतवणूक कशी विखरून ठेवली पाहिजे, ते यातून छान समजते. अठरा वर्षे वयाच्या मुलाचे पॅन कार्ड (Pan Card) काढणे, मेडिक्लेमची माहिती, नेमके वैद्यकीय विमा संरक्षण आणि त्याचा नेमका हप्ता याची माहिती तर यात खूपच चांगल्या पद्धतीने दिली आहे.

'लाभ' आणि 'लोभ' यामध्ये एका मात्रेचा फरक आहे, असे सांगून त्यातून गुंतवणूकदारांनी घ्यावयाची काळजी विशद केली आहे. बँक कर्जदारांना 'गॅरेंटर' राहताना घ्यावयाची काळजीसुद्धा पुस्तकात विशद करण्यात आली आहे. 'वेडिंग बेल इन्शुरन्स' योजनेअंतर्गत विवाह समारंभाचा विमा कसा उतरवावा, याची माहिती आजकालच्या थाटामाटात लग्न साजरे करणाऱ्यांना उपयोगी पडेल. 'गुंतवणुकीचा अष्टसूत्री कार्यक्रम' आजच्या नव-नोकरदारांना उत्कृष्ट मार्गदर्शक ठरेल.

बोनस रूपाने आलेल्या अधिक पैशाचा उपयोग कसा करावा हे सांगताना गृहकर्जाची माहिती, 'सिबील'ची माहिती, वीज बिलासंबंधी जागरूकता याचे धडेही या पुस्तकात महिलांच्या गप्पा-गोष्टी वाचत आपण कधी शिकतो ते कळतही नाही. चलनवाढीचा गुंतवणुकीवर होणारा परिणाम यात सहज-सोप्या शब्दांत सांगितला आहे. शेअरमधील गुंतवणुकीत 'व्यावहारिक' निर्णय कसा घ्यावा, 'भाऊबीज भेट' गुंतवणुकीच्या रूपात कशी असावी, हे वाचल्यावर वाटते आपणही आपल्या भावांना जागे करावे.

'ई गोल्ड', 'ई-सिल्व्हर', 'ई-प्लॅटिनम' या गुंतवणुकींची माहिती यात फार चांगली दिली आहे. महिलांना जात्याच दागिन्यांचा सोस असतो. पण हे वाचताच त्यांचे विचार नक्कीच बदलतील. पर्यायाने योग्य रीतीने गुंतवणूक होईल. ॲप्रिसिएशन ऑफ ॲसेट्स, चांगला हिरा कसा ओळखावा, या महिलांच्या गप्पागोष्टी वाचताना आपणास नकळतच कितीतरी ज्ञान मिळते.

शेतीविषयक गुंतवणुकीत काय दक्षताघ्यावी, वस्तू आणि वास्तू (जमीन) भेट म्हणून देताना किंवा घेताना काय काळजी घ्यावी, तेही यातून चांगले समजते. इतकेच काय; तर पोस्टल आयुर्विमा, गुंतवणुकीसाठी विविध कंपन्या कशा ओळखाव्यात, म्युच्युअल फंड गुंतवणूक या साऱ्यांची माहिती या पुस्तकातून होते.

पन्नाशीनंतरच्या गुंतवणुकीचे 'दहा मुद्दे' तर फारच महत्त्वाचे आहेत. कायदेशीर वारसासाठी मृत्युपत्राचे महत्त्व, वेल्थ टॅक्स रिटर्नची माहिती, रिव्हर्स मॉर्गेज, आय.टी. पासवर्ड हे सारे वाचून आपण चक्रावून जातो. इतकेच काय; तर परदेशी नोकरी कशी काळजीपूर्वक निवडावी, देशाबाहेर नोकरी करताना काय काळजी घ्यावी, हेही वाचनीय आहे.

रिटायर्ड लोकांसाठी 'रिजूव्हिनेटेड' हे नाव उत्तम आहे. 'No stone unturned'प्रमाणे कोठलेही विभाग न विसरता खूप आकर्षकपणे, ओघवत्या भाषेत व सर्वांना लक्षात राहील, अशी माहिती कुळकर्णींनी दिली आहे. विनायक कुळकर्णींचे 'महिलांचे अर्थभान' हे पुस्तक विशेषत: महिलांमधील आर्थिक निरक्षरता दूर करील यात शंकाच नाही. त्यांना माझे शतशः धन्यवाद!

– सौ. उर्वशी आनंद धराधर

माजी महाव्यवस्थापक

सारस्वत को-ऑपरेटिव्ह बँक लि.

अनुक्रमणिका

मनी मॅनेजमेंट : स्त्रियांचे वैशिष्ट्य

आज स्त्री शिकली-सवरली, स्वतंत्रपणे नोकरी व्यवसाय करते आहे; परंतु आर्थिक व्यवहारांपासून ती अलिप्त राहण्याचा प्रयत्न करते. आज भारतात ६५ ते ७० टक्के स्त्रिया कुटुंबाचा आर्थिक ताळेबंद मांडतात. नेमकी आणि व्यावहारिक गरज किती आहे, याचा व्यवस्थित अंदाज असलेल्या शहरी स्त्रियांची संख्या ७५ टक्क्यांहून अधिक आहे.

वेळेचे आणि पैशांचे चांगलेच भान असणारी स्त्री खरे तर भविष्यातील आर्थिक उद्दिष्टांसाठी चांगले नियोजन करू शकते.

''अगं, तुझी टॅक्स सेव्हिंगची गुंतवणूक झाली का?''

''छे! घरातलं, मुलांचं बघायचं की इन्कम टॅक्सची गणितं करत बसायचं?''

''अगं, पण तुझा नवराच कॅलक्युलेटर घेऊन बसतो ना?''

''हो! त्यामुळे आपण फक्त 'सह्याजीराव!' फुल्या मारलेल्या ठिकाणी सह्या ठोकल्या की आपली जबाबदारी संपली!''

अशा प्रकारचे संवाद ट्रेनमध्ये, कार्यालयात नेहमी कानावर पडतात.

स्त्रीला जन्मत:च 'व्यवहार' कळतो, असे म्हणतात. पूर्वीच्या स्त्रियांना घरातील आर्थिक व्यवहारांपासून दूर ठेवले जात होते. त्यांना या व्यवहारात स्थान नव्हते. तरीही, त्यांना प्रत्येक व्यवहाराचे चांगले-वाईट परिणाम लक्षात येत होते, पण अधिकारच नसल्यामुळे ती बोलू शकत नव्हती. यातूनच आर्थिक व्यवहाराची जाण असूनही अलिप्त राहण्याची सवय झाली.

आज स्त्री शिकली-सवरली, स्वतंत्रपणे नोकरी व्यवसाय करते आहे; परंतु आर्थिक व्यवहारांपासून ती अलिप्त राहण्याचा प्रयत्न करते. आज भारतात ६५ ते ७० टक्के स्त्रिया कुटुंबाचा आर्थिक ताळेबंद मांडतात. नेमकी आणि व्यावहारिक गरज किती आहे, याचा व्यवस्थित अंदाज असलेल्या शहरी स्त्रियांची संख्या ७५ टक्क्यांहून अधिक आहे. अर्थात, ग्रामीण क्षेत्रात अशा स्त्रियांची संख्या कमी असली तरी त्यातील काही जणींना आर्थिक व्यवहाराची नाडी गवसली आहे.

> कार्यालयातील वा घरातील न सुटणारे प्रश्न चुटकीसरशी सोडवणारी स्त्री केवळ गुंतवणुकीच्या अर्जातील, बँकेच्या पे-इन स्लीप किंवा चेक्स भरण्याचा मजकूर किचकट वाटतो म्हणून त्या व्यवहारांपासून स्वत:ला जाणीवपूर्वक दूर ठेवते. पण, हीच स्त्री स्वत:च्या मनाला एखादी गुंतवणूक योजना पटली की जिवाचा आटापिटा करून आपली बचत त्या योजनेकडे वळवण्यासाठी झपाटून जाते. त्या वेळी तिचे भविष्यातील आर्थिक उद्दिष्ट नजरेसमोर असते.

शहरी स्त्री स्वतंत्र विचारसरणीची झाली आहे, असे म्हणतात. पण आजही स्वत:चे आर्थिक व्यवहार स्वत:कडे न ठेवता वडिलांकडे किंवा पतीकडे सोपवण्याचा त्यांचा कल असतो. वेळेचे आणि पैशांचे चांगलेच भान असणारी स्त्री खरे तर भविष्यातील आर्थिक उद्दिष्टांसाठी चांगले नियोजन करू शकते.

संसारातील नित्य व्यवहारातून कुठे काटकसर केली तर पैशाची बचत होईल, याची अनुभवातून आलेली जाण गुंतवणुकीसाठी निधी जमवण्यास उपयुक्त ठरते. पैशाला इंग्लिशमध्ये 'मनी' म्हणतात. या 'मनी'चा नेमका (गरजा, उत्पन्न आणि गुंतवणुकीवरील लाभ यांचे नियोजन म्हणजे पैसा) 'Management of Needs, Earnings and Yields' - असा अर्थ आजची स्त्री लावत आहे, असे म्हटले तर अतिशयोक्ती ठरणार नाही. पण कार्यालयातील वा घरातील न सुटणारे प्रश्न चुटकीसरशी सोडवणारी स्त्री केवळ गुंतवणुकीच्या अर्जातील, बँकेच्या पे-इन स्लीप किंवा चेक्स भरण्याचा मजकूर किचकट वाटतो म्हणून त्या व्यवहारांपासून स्वत:ला जाणीवपूर्वक दूर ठेवते. पण, हीच स्त्री स्वत:च्या मनाला एखादी गुंतवणूक योजना पटली की जिवाचा आटापिटा करून आपली बचत त्या योजनेकडे वळवण्यासाठी झपाटून जाते. त्या वेळी तिचे भविष्यातील आर्थिक उद्दिष्ट नजरेसमोर असते.

स्वत:ला, कुटुंबाला आर्थिकदृष्ट्या संरक्षित ठेवण्यासाठी केवळ आर्थिक व्यवहाराची जाण उपयुक्त ठरत नाही. स्वत:ला आर्थिक साक्षर करून प्रत्येक गुंतवणूक माध्यमाची आणि त्यातील जोखीम-उत्पन्न प्रमाणांची नेमकी माहिती घेणे महत्त्वाचे असते. व्यवहारातील जोखीम ओळखण्याची निसर्गत: असलेली हातोटी, दूरदर्शी विचार आणि भविष्यातील आर्थिक उद्दिष्टांसाठी असलेला बचतीचा निर्धार, हे तीन घटक आर्थिक साक्षर असलेल्या स्त्रियांमुळे कौटुंबिक अर्थव्यवस्था रुळावर आणू शकतील. परिणामी, सामाजिक अर्थव्यवस्थाही भक्कम होईल.

या नवीन वर्षी प्रत्येक स्त्रीने स्वत:ला 'आर्थिक साक्षर' बनण्याचा संकल्प करून आगामी आर्थिक वर्षाचे करनियोजन करण्याचा आनंद मिळवता येईल. पण गुंतवणुकीचे गूढ वाटणारे कोडे एवढे सोपे असल्याचा सहजानुभव अधिक संपत्ती निर्माण करण्याची ऊर्जा देणारेही ठरेल. सर्वात महत्त्वाचे म्हणजे आपत्कालीन स्थितीत आर्थिक संकटाला धीराने सामोरे जाता येईल.

'All women are best money managers' ही उक्ती सार्थकी लागल्याचे समाधान खूप मोठे असेल, यात शंकाच नाही.

■■■

'गरजा' आणि 'मागण्या'

'बचत' म्हणजेच 'भविष्यातील चणचणीची तरतूद' हे तत्त्व लक्षात घेऊन बाजूला ठेवलेली रक्कम आर्थिक संरक्षणासाठी किंवा उद्दिष्टपूर्तीसाठी पुरेशी नसते. ही बचत योग्य आणि शाश्वत वाटणाऱ्या योजनांमध्ये गुंतवणेही महत्त्वाचे असते. पण त्याआधी आपल्या गरजा (Needs) आणि मागण्या (Demands) यातील फरक ओळखायला हवा.

''आम्ही ना, कालच ७५ हजारांचा 'एलसीडी' घेतला.'' गाडीत पेढे वाटता-वाटता अर्पिता सांगत होती.

''अरे वा! पैशाची जुळवाजुळव कशी काय केलीत गं? माझीपण किती इच्छा आहे. पण मंदार तयारच होत नाही. 'आपला टीव्ही चांगला चालू आहे ना? मग उधळपट्टी कशाला करायची?' असंच म्हणत बसतो.'' सायली उत्तरली.

''आम्ही सरळ कर्ज काढलं. आपली हौसमौज आपण करायची.'' अर्पिता गर्वाने म्हणाली.

''हो! आणि मग कर्ज फेडत बसायचं... गरजांना कात्री लावायची, किंवा मग पुन्हा कर्ज काढून कर्जाच्या चक्रव्यूहात फसायचं. असंच ना?'' माधवीताईंचा शांत स्वर आला, तसे साऱ्यांनीच चमकून त्यांच्याकडे पाहिले.

त्या म्हणाल्या, ''मंदारचं बरोबर आहे. गरजा आणि हौसेमौजेखातर वा शेजाऱ्यांचं बघून केल्या जाणाऱ्या खरेद्या यात भेद करणं अत्यावश्यकच आहे.''

आपल्याला एखाद्या वस्तूची किती गरज होती, त्यामुळे आपल्याला नेमका लाभ किती झाला आणि त्या वस्तूच्या खरेदीपोटी आपल्या उत्पन्नातील किती रक्कम खर्च झाली... असे प्रश्न स्वत:ला विचारले की बचतीचा मार्ग मोकळा होतो. गरजा आणि मागण्या यांमधील फरक न समजून केलेले खर्च भले प्रतिष्ठेचे प्रतीक वाटत असतील, पण त्यामुळे राहणीमान धोक्यात येऊ शकते. आजच्या आपल्यावर कोणत्या आणि किती आर्थिक जबाबदाऱ्या, किती अवधीसाठी आहेत, याचा नेमका अंदाज कागदावर मांडल्याशिवाय येत नाही. महागाईमुळे (चलनवाढीमुळे) भविष्यात या आर्थिक जबाबदाऱ्यांच्या किमतीत होणारी वाढ किती असेल, याच अंदाज घेणे महत्त्वाचे ठरते.

खरे तर स्त्री शहरातली असो वा गावातली, दूरदृष्टीने भविष्यातील अडीअडचणीला चार पैसे बाजूला ठेवण्याचा विचार दोघींकडेही समान असतो. या दोघींची बचतीची साधने-माध्यमे कदाचित वेगवेगळी असतील. कुटुंबाला आर्थिक संरक्षण देण्याचे उद्दिष्ट मात्र एकच असते.

'बचत' म्हणजेच 'भविष्यातील चणचणीची तरतूद' हे तत्त्व लक्षात घेऊन बाजूला ठेवलेली रक्कम आर्थिक संरक्षणासाठी किंवा उद्दिष्टपूर्तीसाठी पुरेशी नसते. ही बचत योग्य आणि शाश्वत वाटणाऱ्या योजनांमध्ये गुंतवणेही महत्त्वाचे असते. पण त्याआधी आपल्या गरजा (Needs) आणि मागण्या (Demands) यातील फरक ओळखायला हवा. इतर शेजाऱ्यांनी फ्लॅट टीव्ही किंवा एलसीडी घेतला म्हणून आपला विनातक्रार चालत असलेला टीव्ही काढून फ्लॅट टीव्ही किंवा एलसीडी घेण्याची आवश्यकता नाही. हा टीव्ही आपली गरज नाही. नवीन फ्लॅट किंवा एलसीडी टीव्हीच्या रकमेत अन्य गरजांची (उदाहरणार्थ, मुलांची शाळा-कॉलेजची फी, मायक्रोवेव्ह इत्यादी) तरतूद होऊ शकते. आपल्याला एखाद्या वस्तूची किती गरज होती, त्यामुळे आपल्याला नेमका लाभ किती झाला आणि त्या वस्तूच्या खरेदीपोटी आपल्या उत्पन्नातील किती रक्कम खर्च झाली... असे प्रश्न स्वत:ला विचारले की बचतीचा मार्ग मोकळा होतो. गरजा आणि मागण्या यांमधील फरक न समजून केलेले खर्च भले प्रतिष्ठेचे प्रतीक वाटत असतील, पण त्यामुळे राहणीमान धोक्यात येऊ शकते. आजच्या आपल्यावर कोणत्या आणि किती आर्थिक जबाबदाऱ्या, किती अवधीसाठी आहेत, याचा नेमका अंदाज कागदावर मांडल्याशिवाय येत नाही. महागाईमुळे (चलनवाढीमुळे) भविष्यात या आर्थिक जबाबदाऱ्यांच्या किमतीत होणारी वाढ किती असेल, याच अंदाज घेणे महत्त्वाचे ठरते. अनावश्यक खर्चाला लगाम घालताना दर महिन्याच्या घरखर्चाची नेमकी ओळख व्हावी लागते. यातून आपल्या गरजा कोणत्या आहेत आणि मागण्या कोणत्या आहेत, यातील फरक लक्षात येतो.

कोणतेही कर्ज घेताना आपली गरज आणि त्या कर्जामुळे होणारी स्वत:ची मालमत्ता यांची सांगड घालणे आवश्यक असते. गृहकर्जाच्या साधनातून स्वत:चे घर निर्माण झालेले असते. पण पर्यटनासाठी मोठे कर्ज घ्यावे लागत असेल आणि त्यानंतर दोन-तीन वर्षे त्या कर्जाच्या हप्त्यांमुळे घरखर्चाचे गणित बिघडणार असेल, तर कमी खर्चातला पर्यटनाचा पर्याय स्वीकारणे योग्य ठरते. ऊठसूट क्रेडिट कार्ड्स 'स्वाईप' करून मॉलमध्येच खरेदी करण्याची सवय सावकारी पाशाच्या कर्जाकडे घेऊन जाते. डेबिट कार्डची सवय कधीही योग्य ठरते. त्यामुळे मॉलमधील भेटवस्तूच्या असो वा सवलतीतील किमतींच्या गाजरांना आपण बळी पडणार नाही. 'ब्युटी पार्लर्स', 'हेल्थ स्पा' हीसुद्धा पैसे खर्च करण्याची बहुचर्चित साधनं ठरत आहेत. हा खर्च आपली गरज आहे की 'हट्ट' याचा विवेकी विचार झाला तर...!

स्वत:च्या भावनांवर नियंत्रण ठेवल्यास गरजा आणि मागण्या यामध्ये लक्ष्मणरेषा आखता येईल. अनुत्पादक कर्जाची गरजच भासणार नाही. त्यामुळे मानसिक ताण टाळला जाऊन घरातला-कार्यालयातला तणावही टळेल. राहणीमानात होणाऱ्या बदलांमुळे घ्यावं लागणारं कर्ज गरजांसाठी असावे. केवळ 'हट्ट' किंवा 'मागणी' म्हणून कर्ज काढून आपण आपल्या नेमक्या गरजांवर अन्याय करतो. मुलांचा शैक्षणिक खर्च, जुन्या कर्जाची परतफेड, आपत्कालीन निधी इत्यादी नेमक्या गरजांसाठी तो निधी वापरता येतो. आपल्या डोक्यावर जेवढा भार पेलेल तेवढाच उचलणं योग्य ठरते.

कोणीही व्यक्ती श्रीमंत बनते ते कठोर मेहनत, निर्धार आणि स्पष्ट नियोजन या तीन घटकांमुळेच. स्वत:ला शिस्त लावून नियोजन केले, तर 'गरजा' आणि 'मागणी' यामधील धूसर लक्ष्मणरेषा ठळकपणे उमटेल, हे मात्र नक्की! ■■■

आर्थिक संस्कारांचे वळण

आपण पालक बहुसंख्य वेळा मुलांना जवळजवळ सर्वच आर्थिक व्यवहारांपासून दूर ठेवतो. काही आर्थिक व्यवहार मुलांसमोर घडत असताना त्यांनी काही प्रश्न विचारले तर आपले उत्तर असते, 'तुम्ही अजून लहान आहात. पैशांच्या व्यवहारात लक्ष घालू नका.' खरे म्हणजे मुलांच्या या प्रश्नांमुळे पालकांना मुलांवर आर्थिक व्यवहारांचे संस्कार करण्याची संधीच मिळालेली असते.

"हॅलो, श्रिया... बँकेत कॅश भरलीस का?... आणि बाबांचे चेक्स... ओके... तेच विचारायला फोन केला होता. शाळेत जायची वेळ झाली असेल ना? नीट जा हं बाळ... ओके!" मधुराने फोन ठेवल्याबरोबर राधा मॅडमनी मधुराला विचारले, "लेकीशी बोलत होतीस ना?"

"हो!"

"अगं, त्या चिमुरडीला बँकेची कामं कसली सांगता?... काय गं मधुरा... कॅश किती होती? तिला भरायला पाठवतानाची जोखीम..." मधुराने आश्चर्याने राधा मॅडमकडे पाहिले.

राधा मॅडमच्या प्रश्नांना खोडा घालत मधुरा म्हणाली, "आजची सहावीतील मुलगी चिमुरडी नाही हो!... त्यांना बऱ्याच गोष्टी कळतात. आपण त्यांना त्यांचा कल बघून समजावलं की छान ऐकतात. आज श्रिया पाच हजार रुपयांची कॅश भरायला गेली होती."

"काऽऽय! पाच हजार! कुठे एखादी नोट पडली असती किंवा कोणी काढून घेतली तर...?" राधा मॅडमचे प्रश्न थांबतच नव्हते.

जसे मुलांचे वय वाढत जाईल, त्याप्रमाणे अगदी शंभर रुपयांपासून ते १० हजार रुपयांपर्यंतची रक्कम बँकेत त्यांच्या खात्यात किंवा आपल्या खात्यात जमा करण्यास द्यावी. चेक भरून येणे, इलेक्ट्रिक तसेच टेलिफोन बिले भरण्यास देणे, पासबुकातील नोंदी दर्शवून इलेक्ट्रॉनिक क्रेडिट-डेबिट सिस्टिम (ECS-EDS) समजावून देणे, यातून त्यांची आर्थिक साक्षरता वाढते. बचत खात्यावरील व्याजदर बघून किंवा मुदत ठेवींवरील व्याजदर बघून पासबुकात जमा झालेली किंवा मुदत ठेवीच्या मुदतपूर्तीसमयी व्याजासह जमा झालेली रक्कम तपासून बघण्यास सांगताना एरवी गणिताचा कंटाळा असलेली मुलेही आनंदाने या गणितात रमतात.

‘‘अहो, जबाबदारी दिल्याशिवाय ही मुलं पुढे जबाबदाऱ्या कशी पेलवणार? मुळात आपल्यापेक्षा ही मुलं अधिक जबाबदारीनं अशी जोखमीची कामं करतात. दोन बिल्डिंग सोडून असलेल्या बँकेतले कर्मचारीसुद्धा श्रियाला आता ओळखतात. गंमत म्हणजे श्रियाच्या गोड बोलण्याने बँकेचे लोक तिला रांगेतून आत बोलावतात. मग काय बसल्या जागी या बाईसाहेब आता काम करतात.’’

‘‘अगं, पण हे तू श्रियाला कधी शिकवलंस?’’

‘‘छे! मी असं मुद्दाम शिकवत नाही बसले. ज्या-ज्या वेळी मी किंवा तिचे बाबा बँकेत गेलो त्या-त्या वेळी तिला बरोबर घेऊन गेलो. तिथे तिने जे-जे बालसुलभ प्रश्न विचारले त्यांची उत्तरे देता-देता हा चेक भर... मी सांगते तसं लिही. पासबुक भरून घे. श्रियाचे बाबा तर कॅश काढताना कॅशिअरला तिच्याकडेच कॅश द्यायला सांगायचे... आणि स्वत: मागे उभे राहून नोटा मोजायला त्यांनीच शिकवलं.’’

आपण पालक बहुसंख्य वेळा मुलांना जवळजवळ सर्वच आर्थिक व्यवहारांपासून दूर ठेवतो. काही आर्थिक व्यवहार मुलांसमोर घडत असताना त्यांनी काही प्रश्न विचारले तर आपले उत्तर असते, ‘तुम्ही अजून लहान आहात. पैशांच्या व्यवहारात लक्ष घालू नका.’ खरे म्हणजे मुलांच्या या प्रश्नांमुळे पालकांना मुलांवर आर्थिक व्यवहारांचे संस्कार करण्याची संधीच मिळालेली असते. नऊ-दहा वर्षांच्या मुलांना त्यांच्या नावे बँकेत बचत खाते उघडून देऊन बँक व्यवहाराची ओळख करून द्यावी. बचतीचे महत्त्व बालमनावर ठसण्यासाठी त्यांच्या पासबुकातील वाढणारी शिल्लक उद्युक्त करते. प्रत्येक सहामाही, वार्षिक परीक्षेतील कामगिरीची बक्षिसी म्हणून काही रक्कम जमा करण्यास मुलांकडे द्यावी.

जसे मुलांचे वय वाढत जाईल, त्याप्रमाणे अगदी शंभर रुपयांपासून ते १० हजार रुपयांपर्यंतची रक्कम बँकेत त्यांच्या खात्यात किंवा आपल्या खात्यात जमा करण्यास द्यावी. चेक भरून येणे, इलेक्ट्रिक तसेच टेलिफोन बिले भरण्यास देणे, पासबुकातील नोंदी दर्शवून इलेक्ट्रॉनिक क्रेडिट-डेबिट सिस्टिम (ECS-EDS) समजावून देणे, यातून त्यांची आर्थिक साक्षरता वाढते. बचत खात्यावरील व्याजदर बघून किंवा मुदत ठेवींवरील व्याजदर बघून पासबुकात जमा झालेली किंवा मुदत ठेवीच्या मुदतपूर्तीसमयी व्याजासह जमा झालेली रक्कम तपासून बघण्यास सांगताना एरवी गणिताचा कंटाळा असलेली मुलेही आनंदाने या गणितात रमतात. हट्टामुळे अनावश्यक केली जाणारी खरेदी आणि गरजेसाठी आवश्यक असलेली खरेदी यातील फरक न ओरडता मुलांना समजावल्यास हट्ट कमी होऊन नेमकी गरज ते ओळखू शकतील. विद्यमान अभ्यासक्रमात विशेषत: आठवी ते दहावी इयत्तेतील विद्यार्थ्यांना आयकर, विक्रीकर, शेअर्सची गणिते आहेत, परंतु या विषयांची नेमकी ओळख पुस्तकाबाहेर झाल्यामुळे मुलांना पुस्तकी अभ्यास सोपा वाटतो. क्रेडिट कार्ड न वापरता डेबिट कार्ड वापरून आर्थिक पत सांभाळण्याचा संस्कार पालकांच्या कृतीतून घडत असेल तर तो बालमनावर परिणामकारक ठरणारा असतो. गृहकर्जाचे किंवा वाहनकर्जाचे हप्ते भरण्यासाठी दर महिन्याची विशिष्ट तारीख कशी महत्त्वाची असते, ते कृतीतून पटवून देताना कर्जाचा उपयोग मालमत्ता निर्मितीसाठी कसा होऊ शकतो, ते आपल्या घराच्या उदाहरणातून मुलांना समजावणे शक्य असते. या सर्व आर्थिक व्यवहारातून मुलांना पैशांची ‘किंमत’ लवकर कळते आणि भविष्यात त्यांची आर्थिक व्यवहारात कोणीही फसवणूक करू शकणार नाहीत, याची आपल्यालाही खात्री पटते. आईने लावलेल्या इतर चांगल्या सवयींबरोबरच असे आर्थिक संस्कारांचे वळण समाजाला अधिक समृद्ध करणारे असेल.

■■■

शेअरिंग दोघांचे

संसारात 'माझं ते तुझं आणि तुझं ते माझं' हे विचार असतील तर घर घेताना, गुंतवणूक करताना, कर्ज काढताना आदी निर्णय आपण घेतल्यामुळे त्यांची जबाबदारीही आपली ठरते. पण ज्या वेळी 'तुझं तू बघ, माझं मी बघेन' असे विसंवाद आर्थिक स्वातंत्र्यामुळे होतात, तेव्हाच खरे तर संवाद तुटलेला असतो.

''लग्न होऊन वीस वर्षं झाली, तरी मला ह्यांचा पगार माहीत नाही...'' वसुधाताई सहज बोलून गेल्या आणि ट्रेनच्या ग्रुपमधल्या बायकांसह इतर बायकांच्या नजरा वसुधा लेलेंकडे वळल्या.

''कमाल आहे. पण तुम्ही तरी विचारायचा...'' रागिणी म्हणाली.

''कशाला? दर महिन्याच्या घरखर्चासह, कपड्यालत्त्यांसह जे हवं ते मिळत असताना त्या पगाराचा आकडा कळला काय आणि नाही कळला काय... काय फरक पडतो...?''

वसुधाताईंचे बोलणे तोडत त्यांच्याच वयाच्या असलेल्या सरोज म्हणाल्या, ''अगं वसू, हे बरोबर नाही. त्यांनी तुझा पगार तरी नक्कीच विचारला असणार...''

''छे! माझ्याशी कधीच पैशाबद्दल बोलत नाहीत ते; माझ्यापण आणि त्यांच्यापण...'' वसुधाताईंच्या उत्तरावर दोघी-तिघी जणी एका सुरात म्हणाल्या, ''धन्य आहे हो तुमची!''

समाजात अशा अनेक 'वसुधाताई' जागोजागी आढळतील. या वसुधाताई स्वतः कमावत्या असल्याने त्यांना त्यांच्या खर्चासाठी पैसे मागावे लागत नसतीलही; पण काही स्त्रियांना आपल्या पगाराचा पै न् पैचा हिशेब नवऱ्यांना द्यावा लागतो. मात्र, नवऱ्यांचा पगार जरी विचारला तरी घरात रणकंदन होते. काही ठिकाणी बायकोच्या हातात 'गृहलक्ष्मी' म्हणून सगळा पगार ठेवून स्वतःच्या गरजेनुसार रक्कम मागून घेणारा पतीसुद्धा आढळतो. परंतु 'गृहलक्ष्मी' पैसे जपणारी, जाणीवपूर्वक गुंतवणूक करणारी असेल तर ठीक, नाहीतर हौसेमजेत पैसे उडालेले कळतसुद्धा नाहीत.

काही ठिकाणी पत्नीचा पगार पतीच्या पगारापेक्षा कितीतरी अधिक असतो. या वेतन-फरकाच्या आकड्यांमुळे कितीतरी संसार अडचणीत आले आहेत. एकीकडे स्वकष्टार्जित आर्थिक स्वातंत्र्य उपभोगताना जोडीदाराच्या आर्थिक स्वातंत्र्यावर गदा आणली जात असेल, तर भांड्याला भांडे लागणारच!

जोखीमयुक्त गुंतवणुकीचा निर्णय असो वा एसयूव्ही कार घेण्याचा, या निर्णयात दोघांचा सहभाग असेल तर जोखमीचा ताण विभागला जातो. अर्थात, त्यामुळे तणावही निवळतो. पण एकाच्या परोक्ष घेतलेला असा जोखीमयुक्त निर्णय कुटुंबाला होरपळवतो आणि जोडीदारापासून लपवल्याची चूक सदासर्वकाळ उगाळली जात असते. आर्थिक नियोजन करताना, घरखर्चाची आखणी करताना, घरातली महागड्या वस्तूंची खरेदी करताना पती आणि पत्नी दोघांनीही एकत्र बसून पारदर्शी सहभाग ठेवणे आवश्यक ठरते.

संसारात 'माझं ते तुझं आणि तुझं ते माझं' हे विचार असतील तर घर घेताना, गुंतवणूक करताना, कर्ज काढताना, इत्यादी निर्णय आपण घेतल्यामुळे त्यांची जबाबदारीही आपली ठरते. पण ज्या वेळी 'तुझं तू बघ, माझं मी बघेन' असे विसंवाद आर्थिक स्वातंत्र्यामुळे होतात, तेव्हाच खरे तर संवाद तुटलेला असतो. अचानक एकाची नोकरी जाते तेव्हा हा तुटलेला (की तोडलेला) संवाद आठवतो आणि दुरावलेल्या नात्याचा अर्थ लक्षात येतो. सुसंवादी घरात मात्र 'आराम कर, काही दिवस रिफ्रेश हो... तोपर्यंत जॉब मिळेलच... नाही मिळाला तर 'स्पॉन्सर' आहे हक्काचा माय डिअर!' हा संवाद घरातली, जोडीदाराची नाती अजून घट्ट करतो.

जोखीमयुक्त गुंतवणुकीचा निर्णय असो वा एसयूव्ही कार घेण्याचा, या निर्णयात दोघांचा सहभाग असेल तर जोखमीचा ताण विभागला जातो. अर्थात, त्यामुळे तणावही निवळतो. पण एकाच्या परोक्ष घेतलेला असा जोखीमयुक्त निर्णय कुटुंबाला होरपळवतो आणि जोडीदारापासून लपवल्याची चूक सदासर्वकाळ उगाळली जात असते. आर्थिक नियोजन करताना, घरखर्चाची आखणी करताना, घरातली महागड्या वस्तूंची खरेदी करताना पती आणि पत्नी दोघांनीही एकत्र बसून पारदर्शी सहभाग ठेवणे आवश्यक ठरते.

मुलांच्या शिक्षणाबाबतचे निर्णय घेताना त्याची आर्थिक बाजू, शाळेचा शैक्षणिक दर्जा अजमावतानाच मुलांचा प्रवासात जाणारा वेळ, त्यांच्यावर येणारा ताण याचा भावनिक विचारही करावा लागतो.

अचानक आलेले आजारपण किंवा झालेला अपघात लक्षात घेऊन अशा प्रसंगांसाठी केलेली आवश्यक आर्थिक तरतूद एकमेकांना माहीत असली पाहिजे. आपल्या अशाश्वत आयुष्याचे वैशिष्ट्य लक्षात घेऊन आयुर्विमा, गुंतवणूक योजना, एवढेच नव्हे; तर वैयक्तिक कर्ज, क्रेडिट कार्डवरची उचल, गृहकर्ज, वाहनकर्ज इत्यादींची माहिती जोडीदाराकडे 'शेअर' करतानाच बरे-वाईट काही झाले तर काय करायचे, याचाही विचारविनिमय करणे काळाची गरज ठरते.

अशा प्रकारचे शेअरिंग, विचारविनिमय करणे म्हणजे वैयक्तिक विचारस्वातंत्र्यावर अतिक्रमण होत आहे, असे न मानता अविवेकी विचारांच्या अतिक्रमणापासून दूर गेल्याचे समाधान महत्त्वाचे ठरते.

आर्थिकदृष्ट्या संपन्न होण्यासाठी नियोजनाबरोबरच एकमेकांचे शेअरिंग महत्त्वाची भूमिका वठवते. आर्थिक स्थैर्यातून मिळणारा निवांतपणा शांत झोपही देतो.

■■■

आर्थिक नियोजन : कधी करू? कसे करू?

रिझर्व्ह बँकेचे रेपो दर, रिव्हर्स रेपो दर, एवढेच नव्हे; तर चलनवाढीचा दर लक्षात घेऊन सेवानिवृत्तिपश्चात अवधीसाठी नियोजन केले पाहिजे. अर्थात, हे व्याजदर जसे अनिश्चित असतात, तसे आपले उत्पन्न अनिश्चित ठरू नये म्हणूनच ही काळजी आवश्यक ठरते.

''काय गं, कसली गणितं करते आहेस? आज गप्पा नाही मारायच्या का?'' वसुंधराताईंनी सईला विचारले.

एका हाताने कॅलक्युलेटर सांभाळत सई म्हणाली, ''अहो, माझा नवरा माझ्यामागे...'' सईचं वाक्य तोडत सर्व जणी ओरडल्या, ''तुझ्यामागे काय?''

''काही नाही! ओरडता कसल्या?'' सई वैतागली.

''अगं, तू नवीन आहेस का इथे? आपले एकेक नग माहीत आहेत तुला. बरं, पुढे काय ते सांग...'' वसुंधराताईंनी ज्येष्ठत्वाच्या अधिकाराने सईला शांत केले.

''गेले पंधरा दिवस माझा नवरा मला सांगतो आहे, की या आर्थिक वर्षाची करबचत गुंतवणूक आत्ताच करून टाक. मी त्याला म्हटलं, 'आता कुठं आर्थिक वर्ष सुरू झालंय!' पण तो म्हणतो, 'तुझ्याकडे आता पैसे आहेत तर ती गुंतवणूक करून मोकळी हो!'''

''सई... त्याचं बरोबरच आहे. तू फेब्रुवारीत घायकुतीला येऊन जी गुंतवणूक केलीस, तीसुद्धा फारशी लाभकारी नाही, हे तुला नंतर कळलं. पण तोपर्यंत तू त्यात अडकली होतीस!'' सायलीने सईला आठवण करून दिली.

रिझर्व्ह बँक बँकांना जेव्हा आर्थिक साहाय्य करते, म्हणजेच कर्ज देते, त्या वेळी जो व्याजदर त्या कर्जावर आकारते, त्या दराला 'रेपो दर' म्हणतात. जेव्हा हा रेपो दर कमी होतो, त्या वेळी बँकांना कमी व्याजदराने निधी पुरवठा झाल्याने बँकाही त्यांच्या ग्राहकांना कमी व्याजदराने कर्ज देऊ शकतात. उद्योगधंद्यांना कमी व्याजदराने निधी उपलब्ध झाल्याने उत्पादनवाढ होऊ शकते. थोडक्यात, देशाच्या अर्थव्यवस्थेला गती मिळू शकते.

''अगं हो! त्या एजंटच्या भरवशावर गुंतवणूक केली आणि चुकीची गुंतवणूक झाली. अगं, माझा नवरा म्हणतो, मी पीपीएफ खात्यात एप्रिलच्या पाच तारखेच्या आत समजा एकरकमी साठ हजार रुपये टाकले, तर आर्थिक वर्षअखेरीस ३१ मार्च रोजी ७.९ टक्के व्याजदराने ४,७६० रुपये व्याज जमा होईल. पण दरमहा पाच हजार रुपये एप्रिलपासून मार्चपर्यंत असे प्रत्येक महिन्याच्या पाच तारखेला टाकले तर मार्च अखेरीस २,६०० रुपयांचं व्याज जमा होईल. म्हणजेच एकरकमी पैसे टाकणं केव्हाही चांगलं.''

''दर महिन्याला पाच तारखेच्या आत पैसे जमा करता आले नाहीत तर...?' सायलीचा प्रश्न.

''तर त्या महिन्याचं व्याज मिळणार नाही.'' सई म्हणाली.

''आता तर पीपीएफचं गेल्या वर्षीच्या तुलनेत व्याजही वाढलंय, असं वर्तमानपत्रात कुठंतरी वाचलेलं आठवतं...'' वसुंधराताईंच्या बोलण्यावर सायलीने विचारले, ''म्हणजे दर वर्षी व्याजदर बदलतात?''

''हो! आता पीपीएफ खात्यावरचंच नव्हे, तर अल्पबचत योजनांवरील व्याजदरही बाजारपेठेशी निगडित केल्याने पूर्वीसारखे स्थिर व्याजदर आता असणार नाहीत.''

''याच आठवड्यात रिझर्व्ह बँकेनेही व्याजदर घटवले...'' सायली मध्येच बोलली.

''त्या दरांचा आणि कर्जावरील तसेच बँक ठेवीवरील व्याजदरांचा संबंध अधिक आहे...'' सई विस्ताराने समजावू लागली, ''रिझर्व्ह बँक बँकांना जेव्हा आर्थिक साहाय्य करते, म्हणजेच कर्ज देते, त्या वेळी जो व्याजदर त्या कर्जावर आकारते, त्या दराला 'रेपो दर' म्हणतात. जेव्हा हा रेपो दर कमी होतो, त्या वेळी बँकांना कमी व्याजदराने निधी पुरवठा झाल्याने बँकाही त्यांच्या ग्राहकांना कमी व्याजदराने कर्ज देऊ शकतात. उद्योगधंद्यांना कमी व्याजदराने निधी उपलब्ध झाल्याने उत्पादनवाढ होऊ शकते. थोडक्यात, देशाच्या अर्थव्यवस्थेला गती मिळू शकते.''

''बाप रे! सई, हे सर्व कुठं शिकलीस?'' वसुंधराताईंनी आश्चर्याने विचारले.

''अहो, असंच वाचून शिकले. मी वाटच बघत होते रेपो दर खाली यायचे. आता मी सेकंड होमसाठी गृहकर्ज घ्यायला मोकळी!''

सईच्या बोलण्यावर सर्व जणींनी विचारले, 'रेपो दराचा गृहकर्जाशी काय संबंध?''

''मोठा संबंध आहे. रेपो दर घसरले की गृहकर्जच काय, वाहन कर्जावरीलही व्याजदर खाली येतात. एक लाख रुपयांच्या कर्जावर अगदी अर्धा टक्का सवलत व्याजदरात मिळाली तर किमान पाच हजार रुपयांनी दर वर्षीचा हप्ता कमी होतो. पुढची आठ-दहा वर्षं लक्षात घेतली, तर केवढा रिलीफ मिळतो!''

वसुंधराताई हसत म्हणाल्या, ''सई, हे तू मला पंधरा-वीस वर्षांपूर्वी सांगितलं असतं तर किती उपयोग झाला असता. आता सेवानिवृत्ती फक्त दोन वर्षांवर आली आहे!''

सई त्यांचे बोलणे तोडत म्हणाली, ''अहो, पंधरा-वीस वर्षांपूर्वी मी शाळेत जात होते. तेव्हा मला काय डोंबलं कळणार? अजूनही वेळ गेलेली नाही. आपण काही वेळा ठरावीक वय झाल्यावर विशिष्ट बाबींवर विचार करायलासुद्धा तयार नसतो. आता हेच बघा ना! रिझर्व्ह बँकेचे रेपो दर, रिव्हर्स रेपो दर, एवढंच नव्हे; तर चलनवाढीचा दर लक्षात घेऊन सेवानिवृत्तिपश्चात अवधीसाठी नियोजन केलं पाहिजे. अर्थात, हे व्याजदर जसे अनिश्चित असतात, तसं आपलं उत्पन्न अनिश्चित ठरू नये म्हणूनच ही काळजी आवश्यक ठरते. दर वर्षीच्या आयकर नियोजनाची संधी पकडून सेवानिवृत्तिपश्चात अवधीची सोय करणं आवश्यक ठरतंच!''

''खरं आहे गं बाई तुझं हे म्हणणं!'' वसुंधराताईंच्या म्हणण्यावर सर्वांनीच होकारार्थी माना डोलावल्या.

■■■

आयुष्याला आकार देणारी गणिती सूत्रे

सगळीच गणितीय सूत्रं म्हणजे महाभयंकर कोडे नसते. ज्या दिवशी हे एकेक कोडे आपण सोडवत जातो, त्या दिवशी केवळ गणित आल्याच्या आनंदापेक्षाही आयुष्याचे गणित सोडवल्याचा आनंद मोठा असतो. परंतु या समीकरणांनी किंवा सूत्रांनी म्हणा, आपल्या आयुष्याला वेगळा आकार येतो.

''काय सई, आज आल्याआल्याच लॅपटॉप उघडला? इतकं काम आहे का ऑफिसचं?'' मानसीने बसता-बसता विचारले.

''नाही गं, काही कॅलक्युलेशन्स करायची होती. अचानक आठवण झाली म्हणून नोट करून ठेवलं स्क्रीनवर!' सई उत्तरली.

''रात्री झोपेतसुद्धा हिचा मेंदू हिची गणितं सोडवत असणार!'' वसुंधराताई हसत बोलल्या.

''हो ना! सईची गणितं नेहमीच वेगळी असतात. आमच्या मनात फक्त पगार आणि खर्चाचे आकडेच एवढा गोंधळ घालत असतात, की त्यांची जुळवाजुळव करेतो शरीर आणि मन थकून जातं!'' सायलीने वेगळेच सांगणे अनपेक्षित होते.

''हो गं सायली, शेवटी आपणच नशिबाला दोष देतो, की शाळा-कॉलेजात गणित नीट शिकलो असतो, तर ही वेळ आली नसती.'' मानसीच्या बोलण्यावर सर्व जणी माना डोलावताना बघून सई वैतागून ओरडली, ''शाळा-कॉलेजमधल्या गणितापेक्षा हे आयुष्यातलं गणित महत्त्वाचं ठरतं. खरं म्हणजे गणिताचं नेमकं सूत्र माहीत असेल, तर सर्व समीकरणं जुळली म्हणायची.''

''अशी सूत्रं मी तरी ऐकली नाहीत.'' मानसी म्हणाली.

''अगं मानसी, सगळीच गणितीय सूत्रं म्हणजे महाभयंकर कोडं नसतं. ज्या दिवशी हे एकेक कोडं आपण सोडवत जातो, त्या दिवशी केवळ गणित आल्याच्या आनंदापेक्षाही आयुष्याचं गणित सोडवल्याचा आनंद मोठा असतो. परंतु या समीकरणांनी म्हणा किंवा सूत्रांनी म्हणा, आपल्या आयुष्याला वेगळा आकार येतो.''

''माझ्या डोक्यात काहीच शिरत नाहीये!'' मानसीच्या बोलण्यावर इतर जणीही म्हणाल्या, ''आमच्यापण....''

''किती वेड पांघरून पेडगावला जाताय तुम्ही? तुम्हांला काय वाटलं, मला हे कळत नाही?'' सई वैतागली.

''अगं सई, तसं नाही... तू काही उदाहरणं दिलीस, तर आम्हां पामरांच्या डोक्यात प्रकाश पडेल ना!'' वसुंधराताईंनी सईला समजावले.

''आपली गुंतवणूक दुप्पट, तिप्पट व चौपट कशी होते, ते साध्या भागाकारातून कळतं. हे बघा, ७२ या संख्येला व्याजाच्या संख्येनं भागलं की येणारी संख्या किती अवधीत गुंतवणूक दुप्पट होते, ते दर्शवते. समजा, आपण ९ टक्के व्याजदरानं गुंतवणूक केली, तर ७२ भागिले ९ म्हणजे उत्तर ८ आलं. याचाच अर्थ आठ वर्षांत ९ टक्के प्रति वर्ष व्याजदरानं रक्कम दुप्पट होणार. जर ११४ या संख्येला व्याजदराच्या संख्येनं भागलं तर येणारी संख्या त्या व्याजदरानं किती अवधीत रक्कम तिप्पट होणार, ते दर्शवते. ११४ या संख्येला ९ टक्के व्याजदरानं भागलं असता, १२.८ ही संख्या येते. याचाच अर्थ प्रति वर्ष ९ टक्के व्याजदरानं १२ वर्षं आठ महिन्यांत रक्कम तिप्पट होते. जर १४४ या संख्येला ९ टक्के व्याजदरानं भागलं तर येणारी १८ ही संख्या ९ टक्के व्याजदरानं १८ वर्षांत रक्कम चौपट होते, हे दर्शवते.' एवढं सांगेपर्यंत सईला दम लागला.

''अय्या, ही सूत्रं शाळेतही नव्हती शिकवली आम्हांला...'' मानसी मध्येच बोलली.

''अगं, म्हणूनच तर आता या वयात शिकून घ्यावी लागतात.'' वसुंधराताई मानसीला म्हणाल्या.

''मानसी, चलनवाढ म्हणजेच महागाईचा दर. ही महागाई जशी वाढते, तशी आपली रुपयाची क्रयशक्ती (Purchasing Power) कमी होत जाते. विद्यमान रुपयाची क्रयशक्ती किती अवधीत निम्म्यावर येते, ते ७० या संख्येच्या सूत्रात कळतं. ७० या संख्येला १० टक्के चलनवाढीच्या दरानं भागलं असता येणारी संख्या ७ हे दर्शवते, की १० टक्के दरानं दर वर्षी महागाई झाल्यास आजच्या रुपयाचं मूल्य सात वर्षांत निम्म्यावर येणार, हे सूत्र सेवानिवृत्तीनंतर कराव्या लागणाऱ्याआर्थिक नियोजनाला उपयुक्त ठरतं.'' मानसीने सईला मध्येच थांबवत प्रश्न विचारला, ''सई, ही सर्व सूत्रं भागाकाराची आहेत का?''

''अगं सई, मानसीला वजाबाकीच जड जाते, तू भागाकाराची गणितं कुठे सुचवतेस? हो की नाही मानसी!'' सायलीने हसत मानसीची मस्करी केली.

''ए बायांनो... बरं आपल्या मानसीसाठी सोपं वजाबाकीचं गणित सांगते, जे आयुष्यभर उपयोगाला येईल.'' सई उद्गारली.

''कोणतं गं, सई?'' वसुंधराताईंनी विचारले.

''अहो ताई, १०० या संख्येतून तुमचं वय वजा करायचं. येणारी संख्या शेअर्ससारख्या जोखीमयुक्त साधनात तुमची गुंतवणूक किती असावी, याचं प्रमाण दाखवते. मी ३० वर्षांची आहे. शंभरातून ३० वजा केले की ७० उरतात. याचा अर्थ माझी शेअर्ससारख्या जोखीमयुक्त साधनात ७० टक्के गुंतवणूक, तर उर्वरित ३० टक्के गुंतवणूक सुरक्षित साधनांत म्हणजेच बँक ठेवी, कर्ज रोखे, बॉण्ड्स इत्यादीत असावी. वसुंधराताईंच्या बाबतीत १०० वजा ५८ म्हणजे ४२ टक्के शेअर्समध्ये, तर ५८ टक्के सुरक्षित जोखीमयुक्त गुंतवणूक साधनांत असावी.'' यावर मानसी काही विचारणार तोच सई तिला थांबवत म्हणाली, ''मानसी, आजची गणितं तुला उजळणी केली की येतील लक्षात. ही गणित आली की नवीन सूत्रं शिकू बरे!'' मानसीसह सर्व जणी हास्यकल्लोळात बुडाल्या.

■■■

आर्थिक जीवनातील सप्तपदी

साधे, सरळ आर्थिक जीवन जगायचीही सप्तपदी आहे. ती नीट समजून घेऊन एकेक पाऊल टाकले की सर्व आर्थिक व्यवहार सुलभ होतातच; आणि ते ताणविरहितही ठरतात.

''सई, तू कशी काय तुझे आर्थिक व्यवहार सांभाळतेस याचं नवल वाटतं.'' वसुंधराताई म्हणाल्या.

''खरं आहे ताई, मलापण चार-चार बँक खाती सांभाळताना कोण नाकीनऊ येतात.'' सायलीने तिची व्यथा मांडली.

''अगं सायली, तुझी फक्त चारच बँक खाती! आमच्याकडे प्रत्येकाची चार बँकेत खाती. शिवाय डिमॅट खाती... बँक ठेवींच्या सगळ्यांच्या पावत्या... विचारू नकोस... डोकं नुसतं भणभणतं!'' मानसीचा वैताग शब्दांतून प्रकट झाला.

''बायांनो..., मुळात एवढ्या बँक खात्यांची आणि डिमॅट खात्यांची तुम्हांला गरज आहे का? उगाच गरज नसताना व्याप वाढवायचा... मग त्या व्यापाचा ताप झाला म्हणून ओरडायचं!'' सई नेमका प्रश्न घेऊन बोलली.

''अगं सई, एकाच बँकेत मुदत ठेवीत जास्त रक्कम ठेवायची तर दहा हजार रुपयांहून जास्त व्याजाची रक्कम दर वर्षी झाली तर बँक त्या व्याजाच्या रकमेतून आयकर कपात (टीडीएस) करणार. परत तूच सांगितलं होतं, की १५ एच किंवा १५ जी खोटा अर्ज भरू नको, म्हणून दुसऱ्या बँकेत मुदत ठेवी कराव्या लागल्या.'' मानसी सईला सांगत होती.

''अगं सई, आमचंपण नेमकं हेच सांगणं आहे!'' वसुंधराताईंचे म्हणाल्या.

''तुम्हांला सरळ-सोपे आर्थिक व्यवहार करून जीवन आनंदात जगायचं सोडून हे नसते व्याप-ताप वाढवून टेन्शनमध्ये जगायला कोणी सांगितलं?'' सईने रागातच विचारले.

''अगं, पण तूच आम्हांला सांगतेस ना पैशाने पैसा वाढवायचा!'' मानसीला मध्येच थांबवत सई उत्तरली, ''हो! पण मला काय माहीत, की तुम्ही चार-चार, पाच-पाच बँकांत खाती उघडून दिवे लावणार ते! आयकराचा पॅन क्रमांक या सर्व खात्यांना दिल्यावर तुमची सर्व खाती, मुदत ठेवी आणि इतर गुंतवणुकी व्यवस्थितपणे आयकर खात्याच्या रडारवर येतात. मग ही लपवाछपवी कसली करता?''

''बाप रे! म्हणजे इन्कम टॅक्सची धाडसुद्धा पडू शकते!'' मानसी घाबरून म्हणाली.

''तुझ्या घरी धाड पडली तरी तुझ्या प्रश्नांना आणि शंकांना घाबरून आयकर अधिकारीच पळून जातील!'' सायली हसत बोलली.

''साधं, सरळ आर्थिक जीवन जगायचीही सप्तपदी आहे. ती नीट समजून घेऊन एकेक पाऊल टाकलं की सर्व आर्थिक व्यवहार सुलभ होतातच आणि ताणविरहितही ठरतात.'' सई म्हणाली.

''लग्नाच्या सप्तपदीसारखी...!''

मानसीच्या तोंडावर हात ठेवत वसुंधराताई म्हणतात, ''मानसी थोडा वेळ तोंड बंद ठेव. सईला उगाच मध्येच डिस्टर्ब करू नकोस! सांग गं, सई!''

''तुमच्या सर्व प्रकारच्या उत्पन्नांसाठी– ज्यात पगार, शेअर्स-म्युच्युअल फंडवरील लाभांश, भांडवली नफा, कंपनी तसेच बँक ठेवी-पोस्ट ठेवींवरील व्याज इत्यादींचा समावेश असेल– शक्यतो एकच बँक खातं असावं. फार तर पगाराचं खातं वेगळं ठेवा. म्हणजे आपल्या सर्व उत्पन्नांच्या स्रोतांतून आपण किती कमावतो ते स्पष्ट कळतं. हे झालं पहिलं पाऊल! आता दुसरं पाऊल खर्चाचं! सर्व खर्च शक्यतो चेकने किंवा डेबिट कार्डद्वारे केल्यास बँक खात्यात येणाऱ्या नोंदीवरून खर्चाचा नेमका अंदाज घेता येतो. इलेक्ट्रिक बिल, पाईप गॅस बिल, सोसायटी मेंटेनन्स, सर्व प्रकारच्या विम्याचे हप्ते, किराणा मालाचं बिल इत्यादींचा यात समावेश असावाच. यामुळे नेमक्या उत्पन्नात आपण किती खर्च करावा आणि बचतीत सातत्य कसं ठेवावं, याचा नेमका अंदाज पहिल्या दोन पावलातच येतो.

''तिसरं पाऊल आहे गुंतवणूक प्रक्रियेचं! आयुर्विमा किंवा मेडिक्लेम घ्यायचा तर विमा एजंट वेगळा, पोस्टाच्या बचत योजनांसाठी एजंट वेगळा, शेअर्ससाठी सबब्रोकर किंवा ब्रोकर आणि म्युच्युअल फंड, तसेच एकूणच आर्थिक नियोजनासाठी आर्थिक सल्लागार वेगवेगळे, त्यात आयकर विवरण पत्र भरण्यासाठी एखाद्या सीएची किंवा करसल्लागाराची भर पडते. सर्वच बाबी एका ठिकाणी उपलब्ध असल्या तर सोन्याहून पिवळं. अन्यथा दोन मध्यस्थ आणि एक सीए इतपतच आपली गुंतवणूक प्रक्रिया मर्यादित करून तिसरं पाऊल टाकावं.

''प्रत्यक्ष गुंतवणूक करताना आपल्यापुढे अनेक साधनं असली तरी, नेमकी, आवश्यक आणि उद्दिष्टलक्ष्यी अशी उपयुक्त साधनांची निवड करण्याचं 'चौथं पाऊल' टाकावं. आयुर्विम्याची एखाद-दुसरी विमा पॉलिसी (पुरेसं विमा संरक्षण देणारी), शेअर्सच्या पोर्टफोलिओत वीस ते पंचवीस शेअर्स आणि पाच सहा बॉण्ड्स, डिबेंचर्सचा समावेश, आपत्कालीन निधीसाठी बँक ठेवींची तरतूद, पीपीएफ खात्याची उभारणी आणि म्युच्युअल फंडांच्या अधिकतर दहा योजना, ज्यात एखाद्या पेन्शन फंडाचा समावेश असावा. हे झालं चौथं पाऊल! पाचवं पाऊल, खूपच महत्त्वाचं... करदायित्वाचं! आपल्या सर्व उत्पन्नांवर आणि गुंतवणुकीतून कोणतं उत्पन्न करपात्र ठरतं आणि कोणतं उत्पन्न करमुक्त... याचा लेखाजोखा मांडायचा. भविष्यातील उत्पन्नाचा वेध घेताना करदायित्व कमी कसं करता येईल, याची रूपरेषा या पाचव्या पावलावर आखावी.

''सहाव्या पावलात सर्व गुंतवणुकी संयुक्त नावे (जॉइंट नेम्स) आणि त्यांना नामांकनं (नॉमिनेशन्स) केली असल्याची खातरजमा करावी. आर्थिक जीवनातील सातवं आणि शेवटचं पाऊल म्हणजे कौटुंबिक गरज आणि परिस्थिती लक्षात घेऊन भावनिक न होता मृत्युपत्र बनवणं. त्या मृत्युपत्राची आवश्यकता

वाटल्यास निबंधकाकडे नोंदणी करणं.'' सई बोलायचं थांबली असं वाटून मानसी मध्येच बोलली, ''अशी सप्तपदी प्रत्येक लग्नात घालता आली तर...!''

''तुझ्या लेकीच्या लग्नात घाल हं!'' सायली तिला म्हणाली.

''खरंच, आर्थिक जीवनातील अशी सप्तपदी प्रत्येक कुटुंबात घातली तर ताण येणार नाही आणि डोकंही भणभणणार नाही!' वसुंधराताई म्हणाल्या.

■■■

आर्थिक दायित्वे की जबाबदाऱ्या?

गृहकर्ज, वाहनकर्ज, वैयक्तिक कर्ज, देय आयकर वा अन्य कोणतेही कर ही आपली दायित्वेच ठरतात. ही सर्व दायित्वे सक्तीने आपणाला द्यावी लागतात. आपल्यावरील दायित्व ओळखून आर्थिक जबाबदाऱ्या स्वीकारणे, हीच खरे तर आजच्या काळाची गरज आहे.

''अय्या मानसी, तू आणि डायरी! काय लिहिते आहेस गं?'' सायलीने नेहमीप्रमाणे मानसीला त्रास द्यायला सुरुवात केली.

''अगं, ती आत्मचरित्र लिहीत असेल!''

''नाही गं, सासूने किती वेळा फोनवरून उलटतपासणी घेतली त्याचा हिशेब लिहीत असणार. आठवडाभरात सासू आली की मग नुसतं धुमशान!''

''नाही, ते नाही, नवऱ्यानेच काही हिशेब दिले असतील करायला. तेच जुळत नसतील म्हणून...''

''कसं जुळणार? बेरजेच्या जागी वजाबाकी आणि गुणाकारांच्या जागी भागाकार करणारी ही... मग गणिताचा बोऱ्या वाजणार नाही तर काय!'' सायलीच्या या बोलण्यावर वेडावत मानसीने विचारले, ''नाही तर काय...?'' ते बघून सगळ्या जणी चिडीचूप झाल्या.

''घराच्या कर्जाचे हप्ते, गाडीच्या कर्जाचा हप्ता देता-देता इथे जीव मेटाकुटीला येतो नुसता. त्यात हे क्रेडिट कार्डवाले डोके पिकवतात. अगं, सगळा पगार यांना दिला तर खाणार काय?'' मानसी उद्वेगाने म्हणाली.

''अगं, पण क्रेडिट कार्डवर कशाला खरेदी केलीत?'' वसुंधराताईंनी विचारले.

''अहो ताई, त्या वेळी माझ्याकडेही पैसे नव्हते आणि नवऱ्याकडेही नव्हते. दोन-तीन ड्रेस खूपच आवडले म्हणून तो म्हणाला घे... मी ते घेतले. मग मला वाटले, सगळी खरेदी आपलीच झाली, म्हणून नवऱ्याला आणि मुलालाही ड्रेस घ्यायला लावले. चांगले पंधरा हजार रुपये बिल झाले. तेव्हा जाणवले नाही... पण आता एकरकमी पंधरा हजार कुठून देणार? नाही दिले तर हे क्रेडिट कार्डवाले ३०-३५ टक्क्यांनी व्याज लावणार! आता माझा नवरा म्हणतो... तुझाच हट्ट होता ना सर्वांनाच एकदम ड्रेसेस घेण्याचा, आता तूच भर ते पैसे!''

“अगं, पण तू एवढे महागडे ड्रेसेस का घेतलेस? शिवाय नवऱ्यासाठी आणि मुलासाठीही घ्यायला लावलेस... तुला माहीत होते ना?”

“हो गं, माझाच गाढवपणा झाला. आता मी जेमतेम दोन-अडीच हजार रुपये दरमहा देऊ शकेन त्या क्रेडिट कार्डसाठी!” मानसीचा निराश स्वर.

“व्हेरी गुड! अगं तेवढे तरी नेमाने फेड. तुला जास्त व्याज तरी लागणार नाही आणि सहा-आठ महिन्यांत मोकळी होशील!” सायलीने मानसीला समजावले.

“अगं, यासाठीच आपल्याला कर्ज कधी घ्यायचे, उचल कधी घ्यायची, उधारी कधी घ्यायची, याची जाण करून घ्यायला हवी. गृहकर्ज नजीकच्या अवधीत घ्यायचं असेल तर वाहनकर्ज किंवा वैयक्तिक कर्ज शक्यतो टाळावे. एकतर या कर्जाचा मासिक हप्ता अधिक असतो. त्यामुळे आपल्याला गृहकर्जाची अपेक्षित रक्कम न मिळता उगाचच आर्थिक तंगीला सामोरं जावं लागतं. शिवाय, मानसिक त्रासही होतो.” सईने सांगितले.

“क्रेडिट कार्डपेक्षा डेबिट कार्ड बरं नाही का?” वसुंधराताईंनी सईला विचारले.

“अहो ताई, मानसीसारखी खरेदी केली आणि तीसुद्धा गरज नसताना, तर क्रेडिट कार्ड असो वा डेबिट कार्ड, तुमचे पैसे जाणारच. यासाठीच जबाबदारीने खर्च करायला हवेत. खरं म्हणजे आर्थिक दायित्व (Financial Liabilities) आणि आर्थिक जबाबदाऱ्या (Financial Responsibilities) ओळखण्यातच आपली गडबड होत असते. गृहकर्ज, वाहनकर्ज, वैयक्तिक कर्ज, देय आयकर वा अन्य कोणतेही कर ही आपली दायित्वेच ठरतात. ही सर्व दायित्वे सक्तीने आपणाला द्यावी लागतात. परंतु आपला नित्याचा घरखर्च असो, वा शनिवार-रविवार बाहेर आउटिंगला-मॉलमध्ये घालवताना करावा लागणारा खर्च, सगळ्या वेळी दायित्व ठरतच नाही. आपल्यावरील दायित्व ओळखून आर्थिक जबाबदाऱ्या स्वीकारणं, हीच खरं तर आजच्या काळाची गरज आहे.” सईला मध्येच थांबवत मानसीने विचारले, “म्हणजे माझा बेजबाबदारपणाच या आर्थिक तंगीला कारणीभूत झाला तर...!”

“अगं मानसी, काही जण गरज नसताना ४० इंची, ४२ इंची स्क्रीनचा महागडा टीव्ही घेतात. त्यापेक्षा २६ इंची टीव्ही घेऊन उरलेल्या पैशांत इतर गरजेच्या गोष्टी खरेदी केल्या तर...! पण हे सर्व खर्च होण्याआधी बघितलं तरच लक्षात येणार ना!” यावर सर्वच जणी म्हणाल्या, “खरं आहे गं तुझं, सई!”

“आपल्याला भविष्यातील आर्थिक खर्च म्हणजेच जबाबदाऱ्या, उदाहरणार्थ, मुलांचे इंजिनीअरिंग-मेडिकलचे शिक्षण असो वा लग्नं, एवढंच कशाला, रिटायरमेंटनंतरच्या काळासाठी आर्थिक तरतूद, या सर्व गोष्टी लक्षात घेऊनच आपल्याला उत्पन्न, खर्च आणि बचत यांचं गणित मांडायचं असतं. उगाच नाही वॉरेन बफे या जगप्रसिद्ध गुंतवणूकदारानं म्हटलंय की, ‘उत्पन्नातून आधी उद्दिष्टीत बचत बाजूला काढून ठेवा आणि उर्वरित रकमेत खर्च भागवा.’”

यावर सईच्या पाठीवर थाप मारत वसुंधराताई म्हणाल्या, “किती गुणाची पोर आहे ही... खरंच तुझा नवरा लकी आहे!’”

“अहो ताई, खरं सांगू का, हे सर्व त्यानेच मला सांगितलं. माझ्यापेक्षा त्याचा ब्रेन यात जोरात चालतो...” सई हसत म्हणाली.

■■■

अल्पावधीच्या बचतीसाठी फ्लेक्झी अकाउंट्स / लिक्विड फंड

लिक्विड फंड आणि ओव्हरनाईट फंड नाणेबाजारातील साधनांत (Money Market Instruments) कमाल १८२ दिवसांसाठीच गुंतवणूक करत असल्याने पत जोखमेत (Credit Risk) घट होते. जवळजवळ सर्वच लिक्विड फंड उच्च पत श्रेणीच्या रोख्यांमध्येच गुंतवणूक करत असल्याने मुद्दल सुरक्षित असते.

''अय्या ताई, कसला एवढा हिशेब लिहिताय?'' सईच्या या प्रश्नाने सर्व जणी वसुंधराताईंकडे बघू लागल्या.

''तुमचं चालू दे. उगाच माझ्या हिशेबात चूक नको व्हायला.'' ताई नाराजीने म्हणाल्या.

सई त्यांच्या डायरीत डोकावत म्हणाली, ''ताई, तुम्ही कधीपासून महिन्याचा हिशेब लाखात लिहिताय?''

''काऽऽय?... लाखाचा हिशेब दर महिन्याला?'' मानसी जोरात ओरडते.

तेव्हा सई मानसीवर ओरडते, ''मानसी, ही ट्रेन आहे, घर नाही... उगाच ताईंच्या जिवाला घोर लावशील!''

''सॉरी सॉरी, माझ्या लक्षातच आलं नाही.... ताई, सांगा ना लवकर!'' मानसी उद्गारली.

''माझ्या लेकाने फ्लॅट बुक केला आहे, त्यासाठी पैशाची जमवाजमव सुरू आहे. पंधरा दिवसांनी बिल्डरला चेक द्यायचा आहे. बँकेच्या एफडी मोडून, म्युच्युअल फंडचे युनिट्स विकून जमा झालेल्या रकमेची बेरीज करत होते.'' वसुंधराताईंनी सांगितले.

''ही रक्कम बँकेच्या बचत खात्यातच जमा करताय का?'' सई विचारते.

''नाहीतर कुठे घरात ठेवणार?... सई, तूपण काय विचारते?'' सायली बोलली.

''अगं सायली, मला म्हणायचं होतं, की एवढी रक्कम इतके दिवस बचत खात्यात ठेवू नका.'' सईने खुलासा केला.

''मग कुठे ठेवणार?... आणि हो, त्या बिल्डरला ती रक्कम वेळेवर द्यायची आहे.'' ताई मध्येच बोलल्या.

''सद्य:परिस्थितीत बँका बचत खात्यावर फक्त तीन ते साडेतीन टक्के दराने व्याज देतात. पण रक्कम लाखात असेल तर ५ टक्के देतात की!'' मानसीने वेगळा मुद्दा मांडला.

''अगं, पण त्यासाठी किमान शिल्लक रकमेची मर्यादा पाळावी लागते. काही बँकांमध्ये फ्लेक्झी अकाउंट्स आहेत. या खात्यात आपण निश्चित केलेल्या शिल्लक मर्यादेवरील रक्कम आपोआप मुदत ठेवीत रूपांतरित होते. त्यामुळे या मुदत ठेवीतील रकमेवर बचत खात्यापेक्षा अधिक व्याजदराचा लाभ होतो. शिवाय, गरज पडल्यास आवश्यक तेवढी रक्कम मुदत ठेवीतून बचत खात्याकडे वळवता येते. ही लिक्विडिटी म्हणजेच रोकड सुलभता या फ्लेक्झी अकाउंट्सचे वैशिष्ट्य ठरते.'' सईच्या या माहितीवर ताई विचारतात, ''अगं सई, पण या ठेवींची मुदत किती असते?''

''अगदी पंधरा दिवसांपासून ते एक वर्ष किंवा तुम्ही ठरवाल ती मुदत बँक देते.'' सई उत्तरली.

''अय्या... आम्हांला कसं हे माहीत नाही!'' मानसी उद्गारली.

''मानसी, त्यासाठी बँकांच्या जाहिराती... वर्तमानपत्रातील बातम्या वाचाव्या लागतात. तुला एक सांगू, मी जर ताईंच्या जागी असते तर जसजशी रक्कम येईल, त्यानुसार मी म्युच्युअल फंडाच्या लिक्विड फंडात गुंतवत गेले असते. या योजनांत अवघ्या दोन-तीन दिवसांत उपलब्ध असणारी रोकड सुलभता उपयुक्त ठरते.'' सई वेगळीच माहिती सांगत होती.

''लिक्विड फंड म्हणजे काय? आणि हो, हे सुरक्षित आहेत का?'' ताईंनी विचारले.

''अहो ताई, हे लिक्विड फंड आणि ओव्हरनाईट फंड नाणेबाजारातील साधनांत (Money Market Instruments) कमाल १८२ दिवसांसाठीच गुंतवणूक करत असल्याने पत जोखमेत (Credit Risk) घट होते. जवळजवळ सर्वच लिक्विड फंड उच्च पत श्रेणीच्या रोख्यांमध्येच गुंतवणूक करत असल्याने मुद्दल सुरक्षित असते. या फंडावरील उत्पन्नदर सहा ते सात टक्के वार्षिक दराने अपेक्षिला असला तरीही प्रसंगी ९ टक्केपर्यंतसुद्धा तो पोहोचला होता. बँकांचे मिळणारे व्याज करपात्र आहे.'' सईच्या या बोलण्यावर ताई तिला बँकेचे पासबुक काढून दाखवले.

ते बघून सई जोरात ओरडली, ''ताई, एवढी रक्कम इतके दिवस बचत खात्यात पाडून ठेवायच्या आधी मला विचारायचं तरी होतं.''

ताई म्हणाल्या, ''सई, चुकले बाई... आता तू सांगशील तिथे ही रक्कम ठेवीन मी!''

''अहो ताई, शहरातील लोक एकूण गुंतवणुकीच्या २३.४% रोख स्वरूपात घरातच ठेवतात. आजच्या वाढीव चलनवाढीच्या काळात घरात किंवा फक्त बचत रक्कम अचल स्वरूपात ठेवण्याने आपले आर्थिक नुकसान होते.''

यावर मानसीने विचारले, ''म्हणजे कसं गं!''

''दरमहा दीड हजार रुपयांची बचत प्रति वर्ष ५ टक्के दराने २० वर्षांसाठी साठवली तर अंदाजे साडेआठ लाख रुपये जमतील. पण चलनवाढीचा सरासरी दर प्रति वर्ष पाचच टक्के गृहीत धरला तर याच साडेआठ लाख रुपयांचे मूल्य घसरून साडेपाच लाख रुपयांवर आलेलं आढळेल!'' सईच्या सांगण्याने ताई भारावून जात म्हणाल्या, ''खरंच, सई आपली मैत्रीण आहे म्हणून एवढं समजावून सांगते... दुसरं कोणीही सांगणार नाही असं?''

■■■

घरकामाचे श्रममूल्य

काही गृहिणींना, त्या कमावत नाहीत म्हणून घरात किंमत नसते. त्यांची खरी किंमत त्यांच्या घरात केल्या जाणाऱ्या प्रत्येक कामावरून व्हावी... घरातल्यांनी ती 'किंमत' नुसती जाणून, बोलून दाखवली तरी ती भरून पावते.

''काय गं सई, एवढं काय लिहितेस?''

''नवऱ्याला प्रेमपत्र लिहितेस की काय?''

''एसएमएस पाठव की! मजकुराच्या शेवटी स्माईली...''

सई वैतागून म्हणाली, ''अरे, गप्प बसा जरा... हिशेब लिहिते आहे.''

''कॅलक्युलेटर हवा का?'' सायलीने चिडवले.

''नको... तुझ्यापेक्षा माझं गणित चांगलं आहे.'' सई रागातच म्हणाली.

''आकडे लाखात आहेत की कोटीत?... नाही म्हणजे मी शून्य मोजायला मदत करू का?'' वसुंधराताईंनी हसत सईला विचारले.

''ताई तुम्हीसुद्धा...'' सई उद्वेगाने म्हणाली.

''अगं, गाडीत बसल्यापासून तू जे लिहितेस ते आता पंधरा-वीस मिनिटं झाली तरी तुझं हिशेब-लेखन थांबत नाही.म्हणून...'' वसुंधराताईंना मध्येच थांबवत सई म्हणाली, ''हे बघा ताई., आपल्या घरातल्या सर्व कामाचा हिशेब करते आहे. या कामांसाठी 'कॉस्टिंग' करत होते. पण तुम्ही ते करू दिलं तर ना!''

''आपल्या घरकामाचं कॉस्टिंग?... ते कसं गं?'' वसुंधराताईंनी विचारले.

''आता बघा, पोळी-भाजी करायला दोन वेळा बाई येणार असेल तर किमान दोन ते अडीच हजार रुपये द्यावे लागतात. शिवाय, दिवाळीचा बोनस धरला तर किमान पंचवीस ते पस्तीस हजार रुपये वर्षाचे होतात.''

''म्हणजे तुला काय सांगायचं आहे?'' सायलीने अचानक विचारले.

''अगं सायली, आपण रोज सकाळ-संध्याकाळ जी काही पोळी-भाजी किंवा जेवण करतो त्या श्रमाची आणि वेळेची किंमत एवढी होत आहे!' सई म्हणाली.

''अगं, पण आताच तुला हा हिशेब करावासा का वाटला?'' वसुंधराताईंनी सईला विचारले.

''अहो, माझा नवरा सांगतो की, मुलांसाठी नोकरी सोड... तुला वैयक्तिक खर्चाला लागतील ते आठ-दहा हजार रुपये दरमहा घरखर्चाव्यतिरिक्त देईन... पण मी त्याला म्हटलं, 'जर मी पूर्ण वेळ गृहिणी झाले, तर गृहिणी म्हणून व्यावसायिकरीत्या काम करणार. त्याचा पगार नव्हे, तर व्यावसायिक मेहनताना (रिम्युनरेशन) दे.' तेव्हा तो म्हणाला, 'कोटेशन दे... विचार करू.' म्हणून सर्व कामांचे व्यावसायिक मूल्य ठरवत आहे... तर तुम्हांला धीर नाही!'' सई वैतागून म्हणाली.

''तू काय बोलते आहेस ते अजूनही माझ्या डोक्यात शिरत नाहीये.'' सरोजला काहीच कळत नव्हते.

''तुझ्यासारख्या गरीब बाईच्या डोक्यात कधीच हिचा व्यवहार शिरणार नाही.'' वसुंधराताई पटकन बोलल्या.

''ताई, एक मिनिट... आपण घरात जी कामं करतो, त्याचं श्रममूल्य ठरवू लागलो तर नवऱ्याच्या तोंडाला फेस येईल. गृहिणीचं काम हे खरं तर वर्षाचं साडेतीन लाख रुपयांचं पॅकेज होईल. पण 'आपलं घर' म्हणून करतो म्हटलं की त्याची किंमत घरातले लोक शून्य ठरवतात. म्हणूनच माझ्या नवऱ्याकडे मी वर्षाचं पॅकेज ठरवून तेवढं वसूल करणार. नाहीतरी नोकरी सोडली तर वर्षाचे किमान तीन लाख रुपये माझे जाणार आहेत. हे तीन लाख रुपये कमवूनही घरात कामं करावी लागतातच. या कामांची किंमत कायम शून्यच केली जाते. आपली मुलं पाळणाघरात जातात. एका मुलासाठी पाच ते सहा हजार रुपये द्यावे लागतात. माझेच दहा हजार रुपये दरमहा जातात की! धुतलेल्या कपड्यांच्या घड्या करून ठेवणं, घरात काय हवं नको ते बघणं, बँकेची कामं करणं, सर्व बिलं भरणं, घरात काही बिघडलं तर प्लंबर, इलेक्ट्रिशियनला बोलावणं... हे सर्व हाउसकीपिंगचं काम आज बाई किंवा पुरुष ठेवून करायचं म्हटलं तर किमान चार-पाच हजार रुपये महिन्याचे म्हणजे वर्षाचे पंचावन्न-साठ हजार रुपये होणार... मुलांना ट्यूशन लावली असली तरी अभ्यास करून घ्यावाच लागतो. त्याचे दोन मुलांचे किमान तीन हजार रुपये धरले तर वर्षाचे ३६,००० रुपये होतात. बाल्कनीत भरपूर शोभेची आणि फुलांची झाडं लावली आहेत. त्यांची देखभाल वर्षभरात दहा हजार रुपये तरी होईल. बायांनो, या सर्व कामांचा हिशेब केला तर आपण या सर्व कामांची कधीच किंमत न केल्यामुळे आपलीही नेमकी किंमत घरातल्यांना कळलीच नाही!''

''सई, बरोबर आहे तुझं! ही सर्व कामं आपणच करायची म्हणून आपण गृहीत धरतो; पण घरातले इतरही तसंच गृहीत धरतात.' सायली म्हणाली.

''आज काही गृहिणींना, त्या कमावत नाहीत म्हणून घरात किंमत नसते. त्यांची खरी किंमत त्यांच्या घरात केल्या जाणाऱ्या प्रत्येक कामावरून व्हावी... घरातल्यांनी ती 'किंमत' नुसती जाणून, बोलून दाखवली तरी ती भरून पावते.'' वसुंधराताईंचे बोलणे तोडत सई म्हणाली, ''आपण नोकरीसुद्धा करतो आणि घरातली कामंसुद्धा... मग आपलं पॅकेज किती हवं तेच तर कॅलक्युलेट करून नवऱ्याला सांगणार आहे. बघू या काय मंजूर होतं ते!'

''आम्हीपण सांगून बघतो...''

''आमच्याकडे काही होणार नाही. पालथ्या घड्यावर पाणी... कारण मी आता निवृत्तच होत आहे. वर्षभरात... काय कप्पाळ पॅकेज मागणार? माझ्या सुनेला मात्र हा कानमंत्र देऊन तिच्या बाजूने 'पॅकेज डील' करीन आता!'' वसुंधराताईंच्या बोलण्यावर सर्व जणी ओरडल्या, ''ताई तुम्हीसुद्धा!''

■■■

मुलांचे शिक्षण : खर्च आणि नियोजन

शिक्षणातील महत्त्वाचे टप्पे लक्षात घेता इयत्तांप्रमाणे रक्कम उपलब्ध कशी होईल ते प्रथम लक्षात घेऊन प्राथमिक शिक्षणाची पाच-सहा वर्षे, ज्यात प्रारंभी प्रवेश घेताना द्यावी लागणारी देणगी आणि फी असते. नंतर शाळेची फी, ट्यूशन्स, बसचा खर्च इत्यादींची सुविधा कशी उपलब्ध होईल, ते पाहणे आवश्यक आहे.

''शिक्षण किती महाग झालंय! आमची मुलं कॉलेजात जातील तेव्हा काय असेल त्याची कल्पनाच करवत नाही...'' श्रिया चिंतित स्वरात बोलत होती.

''श्रिया, मी गेल्या वर्षी माझ्या मुलाची इंजिनीअरिंगची पहिल्या वर्षाची फी म्हणून एक लाख रुपये भरले. अशी चार वर्षे... त्यात वह्या-पुस्तकं, क्लासेस आणि प्रवास खर्च...''

मानसीचे वाक्य तोडत वसुंधराताई म्हणाल्या, ''दोन अजून मोठे खर्च त्यात टाक... मोबाईल आणि पॉकिटमनी!''

''हो... तेपण आहेत. आमचा पगार वाढू दे किंवा नको वाढू दे... यांचा पॉकिटमनी दर वर्षाला वाढवावा लागतोच!' मानसी उद्वेगाने म्हणाली.

''अगं, मानसी... हेच वय आहे त्यांचं थोडी मजा करायचं. आपल्याला तर शंभरची नोट दिसली तरी आनंद व्हायचा.'' श्रियाने मानसीला समजावले.

''आपले संस्कार चांगले आहेत ना! मग आपली मुलंही वायफळ खर्च नाही करत. शाळा-कॉलेजचं शिक्षण मात्र आता हाताबाहेर चाललंय, असंच वाटतं!'' वसुंधराताई म्हणाल्या.

''वसुंधराताई, तुम्हांला सांगते, नुसत्या शालेय शिक्षणाच्या खर्चात गेल्या पाच वर्षांत किमान अठरा टक्क्यांनी वाढ झाली आहे. इंजिनीअरिंगच्या पदवी अभ्यासक्रमासाठी सध्या पाच ते सहा लाख रुपये लागतात. येत्या दहा वर्षांत चलनवाढीमुळे अठरा लाख रुपये लागतील.''

सर्व जणी ओरडल्या, ''अय्या, खरंच की काय?''

''आमचा प्रॉव्हिडन्ट फंडही तेवढा जमेल की नाही, शंका आहे!''

''महागाई गगनाला भिडत आहे! इंजिनीअरिंग एवढं महाग, तर डॉक्टरकीचं बघायलाच नको.''

''ते तर सोडूनच द्या. येत्या दहा वर्षांत एमबीएचा खर्च पन्नास-साठ लाख रुपये झाला तरी आश्चर्य वाटून घेऊ नका.''

''बाप रे, एवढा!''

''हो... परदेशातील एमबीएसाठी आताच अठरा-वीस लाख रुपये लागतात.''

''मग वाढत्या शिक्षणाच्या खर्चासाठी चार पैसे बाजूला ठेवले पाहिजेत.''

सर्वांची मतं ऐकून सायली जोरात ओरडली, ''बायांनो, चार पैसे नाही, चार-चार हजार महिन्याला बाजूला काढावे लागतील.''

''आर्थिक नियोजन केलं तर मला हे कठीण नाही वाटत...'' सई सहज बोलून गेली.

खरंच, शिक्षणातील महत्त्वाचे टप्पे लक्षात घेता इयत्तांप्रमाणे रक्कम उपलब्ध कशी होईल ते प्रथम लक्षात घेऊन प्राथमिक शिक्षणाची पाच-सहा वर्षे, ज्यात प्रारंभी प्रवेश घेताना द्यावी लागणारी देणगी आणि फी असते. नंतर शाळेची फी, ट्यूशन्स, बसचा खर्च इत्यादींची सुविधा कशी उपलब्ध होईल, ते पाहणे आवश्यक आहे. त्यासाठी बँकांच्या अल्पकालीन मुदत ठेवी, दरमहा बचत करणार असाल तर पुनरावर्ती ठेवी (रिकरिंग डिपॉझिट) उपयुक्त ठरतात. पाचवी ते दहावी आणि अकरावी-बारावी-सीईटी या दोन टप्प्यांसाठी म्युच्युअल फंडाच्या इक्विटी किंवा बॅलन्स्ड फंडांच्या एसआयपी (Systematic Investment Plan) उपयुक्त ठरू शकतात.

पदवी व पदव्युत्तर शिक्षणासाठी शेअर्समध्ये प्रदीर्घ काळासाठी, म्हणजे किमान पाच वर्षांपासून ते दहा-बारा वर्षांसाठी केलेली गुंतवणूक या उच्च शिक्षणाच्या खर्चाची गरज भागवू शकते. फक्त त्यासाठी ब्ल्यू चिप आणि आर्थिकदृष्ट्या भरभक्कम कंपन्यांच्या शेअर्सची निवड आवश्यक असते. शेअर्समध्ये जोखीम असते; पण प्रदीर्घ काळात जोखमीचे प्रमाण कमी होऊ शकते आणि चलनवाढीच्या दरापेक्षा कितीतरी अधिक उत्पन्न प्राप्त करता येऊ शकते.

त्याशिवाय, सर्वात सुरक्षित आणि खात्रीचे उत्पन्न देणारे साधन म्हणजे पीपीएफ खाते. या खात्यावरही आठ टक्क्यांहून अधिक करमुक्त व्याज उपलब्ध असून सहा आर्थिक वर्षे पूर्ण झाल्यावर त्यातून दर वर्षी रक्कम काढण्याची सुविधा दर वर्षीच्या शैक्षणिक खर्चासाठी उपयोगी पडू शकते. तसेच पंधरा वर्षांच्या मुदतीअंती शिल्लक रकमेच्या ६० टक्के रक्कम एकरकमी घेण्याची असलेली सुविधा दहावीनंतरच्या किंवा बारावीनंतरच्या मोठ्या खर्चाला उपयुक्त ठरते.

एकाच गुंतवणूक साधनांवर कधीही अवलंबून न राहता तीन-चार प्रकारे गुंतवणूक विखरून ठेवली तर एखादे गुंतवणूक साधन तोट्यात असले तरी बाकीची साधने रक्कम उपलब्ध करून देऊ शकतात. लहान मुलांच्या नावे असलेल्या म्युच्यअल फंडाच्या योजनाही माफक उत्पन्न दराने वृद्धी दर्शवतात. त्यामुळे हा पर्यायही चलनवाढीला उतारा ठरतो.

■■■

मुलं अठरा वर्षांची झाली की...

कोणीही व्यक्ती १८ वर्षे वयाची झाली की स्वतंत्रपणे कराला पात्र ठरते. त्यामुळे तिचे उत्पन्न आईवडिलांच्या उत्पन्नात समाविष्ट न होता त्याला स्वतंत्र करदात्याचा दर्जा प्राप्त होतो. त्यामुळे वयस्क लोकांसाठी असलेल्या करसवलती आणि वजावटींचा ती व्यक्ती लाभ घेऊ शकते.

''ए बायांनो... पेढे घ्या!'' सरोज पेढ्यांचा बॉक्स पुढे करत म्हणाली.

''अय्या सरोज! पेढे कसले?''

''नवऱ्याला 'प्रमोशन' मिळालं का?''

''तुझी पगारवाढ झाली का? मग नुसते पेढे नाही चालणार!''

''माझी लेक काल १८ वर्षांची झाली. बघता-बघता १९व्या वर्षात आलीपण...'' सरोजला पुढे बोलू न देत सायली म्हणाली, ''सरोज, तुझ्याकडे बघून वाटत नाही हां.''

''अय्या! खरंच... असं ना बऱ्याच जणी म्हणतात!'' सरोज मनातून खूश झाली.

''सरोज, तुझ्या लेकीला 'मेजर' झाल्याबद्दल अभिनंदन सांग... आणि हो, इन्कम टॅक्सच्या पॅन क्रमांकासाठी अर्ज करायला सांग.'' सई सहज म्हणाली.

''अगं सई, ती कुठे कमावतीय... ती कॉलेजात शिकतीय!'' सरोज म्हणाली.

''अगं सरोज, तिचं आता वेगळं बँक खातं उघडायचं तर पॅन क्रमांक लागणार... तिच्या नावे कुठेही म्हणजे म्युच्युअल फंड, शेअर्स, बॉण्डमध्ये गुंतवणूक करायची असेल तर...'' सईला थांबवत सायली म्हणाली, ''सई, आत्ता कुठे १८ वर्षं पूर्ण होत आहेत. तिच्या मागे कशाला आयकर विवरण पत्राची आणि पॅन क्रमांकाची झंझट लावतेस!''

''अगं सायली, कोणीही व्यक्ती १८ वर्षं वयाची झाली की स्वतंत्रपणे कराला पात्र ठरते. त्यामुळे तिचं उत्पन्न आईवडिलांच्या उत्पन्नात समाविष्ट न होता त्याला स्वतंत्र करदात्याचा दर्जा प्राप्त होतो. त्यामुळे वयस्क लोकांसाठी असलेल्या करसवलती आणि वजावटींचा ती व्यक्ती लाभ घेऊ शकते. आयकरचा पॅन क्रमांक घेतला म्हणजे आयकर विवरण पत्र दर वर्षी दाखल केलंच पाहिजे, असं नव्हे. जर त्या व्यक्तीचं उत्पन्न करमुक्त उत्पन्नापेक्षा अधिक असेल तरच विवरण पत्र भरावं लागतं.''

''अगं, पण ही अठरा-एकोणीस वर्षांची आपली मुलं काय उत्पन्न दाखवणार? खर्च मात्र उत्तम दाखवतील!'' सरोज पटकन बोलून गेली.

''आपण आपल्या मुलांना भेट (गिफ्ट) म्हणून कितीही रक्कम देऊ शकतो. त्या रकमेवर येणारं उत्पन्न करमुक्त ठरत असेल तर उत्तमच आहे. समजा, उत्पन्न करपात्र होत असेल तर करबचत योजनांत गुंतवणूक करून करदायित्वही (टॅक्स लायबिलिटी) कमी करता येते.'' सई म्हणाली.

''अगं सई, पण त्यांच्या गुंतवणुकीचं काय?'' सायलीने विचारले.

''सायली, हे बघ, एकदा का पॅन क्रमांक आला की बँक-म्युच्युअल फंड आणि शेअर्ससाठी डिमॅट खात्यांच्या 'केवायसी'ची (Know Your Customer) प्रक्रिया सुलभ होते. खरं म्हणजे अप्रत्यक्षपणे या मुलांना प्रत्येक गुंतवणूक माध्यमाची सहज ओळखही होते. ही मुलं पटकन व्यवहारकुशल होतात. आर्थिक साक्षरतेचे धडे या काळात गिरवले तर पुढचं आयुष्य आर्थिकदृष्ट्या संरक्षित आणि सुस्थिर असू शकतं.''

''मी काही झालं तरी लेकीला शेअर्सचा जुगार खेळायला परवानगी देणार नाही.'' सरोज सईला ठणकावून म्हणाली.

''सरोज, वेड्यासारखं बोलू नकोस. तुझ्या लेकीचं सात-आठ वर्षांत लग्न करशील तेव्हा तुम्हा दोघांपैकी एकाचा 'पीएफ' घालवून बसणार का? त्यापेक्षा चांगल्या ब्ल्यूचीप कंपन्यांचे शेअर्स दरमहा घेत जा तिच्या डिमॅट खात्यात... मग बघ चमत्कार!'' सईने सरोजला समजावले.

''अगं, मी विमा पॉलिसी घेतेय तिच्या नावावर!' सरोजने सईला सांगितले.

''विमा पॉलिसी ही गुंतवणूक कधीच नसते. अशाश्वत आयुष्यासाठी ती एक आर्थिक हमी असते. चार आणि पाच टक्के उत्पन्नदर दाखवणाऱ्या विमा पॉलिसीपेक्षा पीपीएफ खातं बरं... त्यात करमुक्त व्याज मिळतं... सध्या तर प्रति वर्ष ७.९ टक्के दर आहे. तुझ्या लेकीचं शिक्षण पूर्ण झालं आणि कमवायला लागली की जरूर आयुर्विमा काढायला लाव. पण तोपर्यंत इतर चांगली गुंतवणूक माध्यमं हाताळून संपत्ती निर्माण करण्याच्या दृष्टीने तिला विचारांबरोबर कृतीही करू दे की!''

ज्या वेळी आपण मुलांना भेट म्हणून रक्कम देतो, ती रक्कम चेकनेच मुलांच्या नावे असलेल्या खात्यात भरावी. अठरा वर्षे पूर्ण असलेल्या मुलांचे उत्पन्न प्रति वर्ष तीन लाख रुपयांपेक्षा अधिक असेल तर आयकर विवरण पत्र (income tax returns) भरणे आवश्यक ठरते. करमुक्त उत्पन्न मर्यादेपेक्षा अधिक उत्पन्नावर येणारे करदायित्व करबचत योजनांत नीट गुंतवणूक करून टाळता येते किंवा कमी करता येते. शेअर्स, म्युच्युअल फंड्सवरील लाभांश करमुक्त असल्याने व अल्पावधीत होणाऱ्या भांडवली नफा कराचे प्रमाण (१५ टक्के) कमी असल्याने मुलांचे वार्षिक करदायित्व कमी होते. अठरा वर्षे पूर्ण केलेल्या मुलांच्या नावे सर्व प्रकारच्या गुंतवणुकी व बँक खाती करताना आईचे किंवा वडिलांचे नाव संयुक्त ठेवल्यास मुलांच्या आर्थिक व्यवहारांवर अंकुश ठेवता येईल. आपले संस्कार चांगले असल्यास मुले गैरफायदा घेणार नाहीत. पण 'संगत' चांगली नसेल तर गुंतवणुकीचा बट्ट्याबोळ होऊ शकतो. ही एकच खबरदारी इथे आवश्यक ठरते.

■■■

चाळिशीच्या आधीच मेडिक्लेम!

व्हिक्टर हुगोचे फेमस वाक्य आहे... 'Forty is the age of youth, but fifty is the youth of old age.' त्यामुळे पन्नाशीतच आपण थोडे सैल वागतो आणि मग मेडिकल टेस्टमधून खरे चित्र बाहेर येते. म्हणून मेडिक्लेम इज अ मस्ट!

''काय ताई, दोन दिवस आला नाहीत गाडीला. तब्येत बरी आहे ना?'' सरोजने काळजीच्या स्वरात वसुंधराताईंना विचारले.

''अगं, आमच्या दोघांचं मेडिकल चेकअप चाललं होतं दोन दिवस.''

''अचानक कसं? काही प्रॉब्लेम?'' सरोजचा प्रश्न.

''नाही गं! यांच्या ऑफिसातून दर वर्षी आमचं मेडिकल चेकअप होतं. पण या वेळी माझ्या मिस्टरांचे रिपोर्ट्स अपेक्षेप्रमाणे नॉर्मल नव्हते.''

''बाप रे! मग...?''

''मग काय... आधी आमचा फॅमिली डॉक्टर झाला. त्यानं स्पेशालिस्टकडे पाठवलं... या सगळ्यांत एक दिवस जादा गेला.'' उसासा टाकत वसुंधराताई उद्गारल्या.

''एकदा का यांच्या गळाला आपण लागलो, की हॉस्पिटल्स असोत की डॉक्टर्स कात्री घेऊन खिशाला कापायला लागतात.'' सई पटकन बोलली.

''तुम्हांला तर मेडिकल सुविधा आहे ना मिस्टरांच्या कंपनीतून?'' सरोजने विचारले.

''हो! पण आता प्रश्न पडलाय... अजून दोन वर्षांनी हे निवृत्त झाले की ही सुविधा बंद होणार!'' वसुंधराताईचा चिंतातुर स्वर.

''अहो ताई, आत्ताच मेडिक्लेम पॉलिसी घेऊन ठेवा म्हातारपणासाठी!'' सरोजने सुचवले.

''हो... सरोजचं म्हणणं बरोबर आहे!'' सई मध्येच बोलली... ''आणि हे बघा, व्हिक्टर हुगोचं फेमस वाक्य आहे... 'Forty is the age of youth, but fifty is the youth of old age.' त्यामुळे पन्नाशीतच आपण थोडं सैल वागतो आणि मग मेडिकल टेस्टमधून खरं चित्र बाहेर येतं. म्हणून मेडिक्लेम इज अ मस्ट!''

''खरं आहे गं सई, तुझं बोलणं!' आता कसं मुलं मार्गाला लागली आहेत. हल्ली वीकेन्डला नाहीतर रविवारी रात्री आमचं हॉटेलिंगसुद्धा वाढलंय! इतक्या वर्षांत उपभोगता आलं नाही... आता परिस्थिती आहे म्हणून आनंद घेऊ म्हणेस्तोवर शरीर कुरकुरायला लागलं!'' वसुंधराताई म्हणाल्या.

''ताई, वेळीच अतिरिक्त मेडिक्लेम उतरवून ठेवा. आम्हीपण चाळिशीच्या जवळ आल्याबरोबर मेडिक्लेम उतरवून निर्धास्त होणार आहोत.'' सईने सांगितले.

''अगं, पण या वयात मेडिक्लेमचा हप्ताही महाग पडणार!'' वसुंधराताई सईला म्हणाल्या.

''अहो, पण त्या वेळी गुंतवलेली सर्व गंगाजळी खर्च करण्यापेक्षा हा हप्ता नक्कीच बरा म्हणता येईल.'' सरोजने ताईंना समजावले.

''वय वर्षं पंचेचाळीसवरील व्यक्ती पहिल्यांदाच मेडिक्लेम उतरवत असेल, तर अतिरिक्त हप्ता (लोड) नेहमीच्या विमा हप्त्यासह आकारला जातो. हा हप्ता म्हणजेच लोड वय वर्षं ४६ ते ५५, ५६ ते ६५ व ६६ ते ७० वयोगटासाठी अनुक्रमे २५ टक्के, ५० टक्के व १०० टक्के आकारला जातो. एवढंच नव्हे, तर वैद्यकीय सर्व तपासण्या झाल्यावर, आणि हा 'लोड' भरण्याची अट मान्य केल्यावर, जर कधी भविष्यात दावा (क्लेम) केला, तर दावा रकमेच्या काही हिस्सा त्या विमाधारकाला भरावा लागतो. हे हिश्श्याचं प्रमाणसुद्धा ४५ ते ५५, ५६ ते ६५ व ६५ ते ७० या वयोगटासाठी अनुक्रमे किमान २० टक्के, २५ टक्के व ३० टक्के आहे.''

''आपणही रक्कम भरायची, तर विमा कशाला उतरवायचा?'' सरोजने सईला विचारले.

''अगं सरोज, समज, तू ४५ ते ५५ या वयोगटातील आहेस. हॉस्पिटलमध्ये दोन दिवस तुला भरती व्हावं लागलं आहे. त्या सर्व गोष्टींसाठी तुला १० हजार रुपये खर्च आला, तर विमा कंपनी फक्त आठ हजार रुपये देऊ करणार, म्हणून चाळिशी पूर्ण होण्याआधी मेडिक्लेम उतरवणं शहाणपणाचं ठरतं.''

मेडिक्लेमच्या पॉलिसीत कोणते रोग वगळले आहेत त्याची आपण माहिती करून घेतली पाहिजे. १ फेब्रुवारी २००६पासून विशिष्ट शस्त्रक्रिया व रोगांच्या तपासणीच्या खर्चास अधिकतम मर्यादा रक्कम ठरवून दिली आहे. उदाहरणच द्यायचं, तर मोतीबिंदू शस्त्रक्रियेसाठी विमा रकमेच्या १० टक्के, पण कमाल २५ हजार रुपये, हर्नियाच्या शस्त्रक्रियेसाठी विमा रकमेच्या १५ टक्के, अँजिओप्लास्टीसाठी कमाल ८० हजार रुपयांपर्यंत विमा रकमेच्या ७० टक्के अधिक ७५ हजार रुपयांपर्यंत स्टेंटचे मूल्य दिले जाईल.

मेडिक्लेमचा दावा करताना स्वीकारलेल्या विमा योजनेच्या नियमांची आणि दावा प्रक्रियेची माहिती करून घ्यावी. मेडिक्लेम योजनेंतर्गत ज्या रुग्णालयात भरती होऊन औषधोपचार घेण्याचे निश्चित असेल, त्या रुग्णालयात किमान १५ खाटांची सुविधा, सुसज्ज शस्त्रक्रिया विभाग आणि २४ तास नर्सेस व डॉक्टर्स उपलब्ध असणे आवश्यक ठरते. काही शस्त्रक्रियांत किंवा अपघातात रुग्णालयात २४ तास राहावे लागत नाही. अशा वेळीही दावा मंजूर होऊ शकतो. दावा प्रक्रियेत रुग्णालयाचे ॲडमिट कार्ड, डिस्चार्ज कार्ड ही दोन महत्त्वाची कागदपत्रे अत्यावश्यक असतात. हा दावा त्रयस्थ प्रशासकामार्फत (T.P.A.) मंजूर किंवा नामंजूर होत असतो.

■■■

'मेडिक्लेम'लाही पर्याय नाही

साधारणत: आपल्या वार्षिक उत्पन्नाच्या किमान दोन टक्के आरोग्य विम्याचा हप्ता असला पाहिजे. त्या हप्त्यात किमान आपल्या वार्षिक उत्पन्नाएवढे तरी आरोग्य विम्याचे संरक्षण मिळाले तर सोन्याहून पिवळे!

''काय सई, कसली एवढी आकडेमोड चालली आहे?'' वसुंधरातार्इंच्या प्रश्नाने सईची तंद्री भंग पावली.

''त्याचं काय आहे ताई, मी पुढल्या एक-दोन महिन्यांत नोकरी बदलेन...'' यावर तार्इंनी विचारले, ''अगं, पण दोन वर्षंच झाली ना इथे? कितवी नोकरी गं तुझी? नवऱ्याने परवानगी दिली का?''

''अहो ताई, किती प्रश्न विचारता? गेल्या पाच वर्षांतील ही पाचवी नोकरी ठरेल. व्हीपीची, उपाध्यक्षपदाची ऑफर चांगल्या पगारवाढीसह आल्याने कशाला 'लक्ष्मी' नाकारायची! माझा नवराच सांगत होता... 'खूप झाली दोन वर्षं, चेंज बघ. नाहीतर तोचतोचपणा असलेलं काम बुद्धीचा वापर होऊ देत नाही!''' सईच्या या उत्तरावर ताई म्हणाल्या, ''तुम्हांला नवरेपण बरे मिळतात तुमच्या 'हो'ला हो करणारे!''

''सई, वाढीव पगारावरचे टॅक्स कॅलक्युलेट करत होतीस ना?'' शांत बसलेल्या मानसीला कंठ फुटला.

''अगं नाही! मला आत्ताच्या कंपनीत सर्व मेडिकल बेनिफिट्स आहेत. अगदी दहा लाख रुपयांचा मेडिक्लेमसुद्धा! पण नवीन कंपनीत इतर मेडिकल बेनिफिट मर्यादित आहेत, तर मेडिक्लेमची सुविधाच नाही. त्याबदल्यात मला आता स्वत:साठी मेडिक्लेम उतरवायला हवाय. तो नेमका किती उतरवावा, याचं गणित करत होते!'' सईने एवढं सांगूनही मानसी म्हणाली,

''अगं आजारपणाचं-अपघाताचं काही सांगता येत नाही. 'मेडिक्लेमचा बेनिफिट देणार तरच तुमच्याकडे 'जॉईन' होईन, नाहीतर नाही,' असं ठणकावून सांग की!''

सई हसत म्हणाली, ''वेडाबाई, त्यांनी मला वरची पोस्ट आणि चक्क २२ टक्के वेतनवाढ आणि इतर फायदे जे दिले आहेत, त्या तुलनेत मेडिक्लेमचा लाभ फुटकळ ठरतो.''

सई मानसीला समजावत असतानाच सायलीने सईला विचारले, ''अगं, पण आपलं नेमकं वैद्यकीय विमा संरक्षण आणि नेमका त्याचा हप्ता किती असावा?''

''सायली, मीपण तेच गणित करत होते. पण तुमचे प्रश्न आणि शंका ते गणित पूर्ण सोडवायला देतील तर शपथ!... हं! हे बघ, साधारणत: आपल्या वार्षिक उत्पन्नाच्या किमान दोन टक्के आरोग्य विम्याचा हप्ता असला पाहिजे. त्या हप्त्यात किमान आपल्या वार्षिक उत्पन्नाएवढं तरी आरोग्य विम्याचं संरक्षण मिळालं तर सोन्याहून पिवळं! जर तुमचा आतापर्यंत हॉस्पिटलवर किंवा गंभीर आजारपणावर गेल्या चार-पाच वर्षांत खर्च झाला असेल तर मात्र वार्षिक उत्पन्नाच्या किमान ५० टक्के रकमेतही, गेल्या चार-पाच वर्षांतील रक्कम जमा केल्यानंतर एकूण जेवढी रक्कम होईल, किमान तेवढ्या रकमेचा आरोग्य विमा उतरवणं योग्य ठरतं. याप्रमाणे प्रत्येक कमावत्या व्यक्तीच्या आरोग्य विम्याची संरक्षणाची रक्कम ठरते. अवलंबित व्यक्तीच्या आरोग्य विम्याची रक्कम त्या व्यक्तीच्या आरोग्यसापेक्ष ठरवावी.'' सईने एवढे विस्तृतपणे सांगूनही मानसीची शंका आलीच.

''अगं सई, दिवसेंदिवस वैद्यकीय उपचार महाग होत असताना, आरोग्य विम्याचा हप्ताही महाग पडतोच ना?''

''हे बघ मानसी, पाच वर्षांपूर्वी मोतीबिंदूचं ऑपरेशन सोळा हजारात व्हायचं, आता चोवीस हजार रुपये लागतात. अँजिओग्राफीला आता चौदा हजारांऐवजी बावीस हजार रुपये लागतात. अँजिओप्लास्टीसाठी पाच वर्षांपूर्वी सुमारे दीड लाख रुपये दोन स्टेन्टसाठी लागायचे. आता अडीच लाख रुपये द्यावे लागतात. मूळव्याधीच्या ऑपरेशनला आता पस्तीस हजार रुपये लागतात. पाच वर्षांपूर्वी वीस-एकवीस हजारात हे ऑपरेशन व्हायचं! दर वर्षी सरासरी १० ते १२ टक्क्यांनी वैद्यकीय खर्चात वाढ होत आहे. किमान बारा ते पंधरा टक्क्यांची वाढ गृहीत धरूनच भविष्यातील वैद्यकीय उपचारांच्या खर्चाची तरतूद करणं शहाणपणाचं ठरणार आहे. त्यामुळे आरोग्य विमा उतरवणं ही सर्वात प्रदीर्घ काळाची आवश्यक गुंतवणूक ठरते. वयाच्या पस्तीस ते चाळीस वर्षं वयोगटातील व्यक्तींनी तर आरोग्य विमा शक्य तेवढ्या रकमेचा उतरवणं आवश्यक ठरतं. कारण हल्ली सर्वच विमा कंपन्या चाळिशीनंतर वैद्यकीय चाचण्या केल्याशिवाय वैद्यकीय विमा देत नाहीत.'' सईला पुन्हा थांबवत मानसी बोलू लागली, ''या चाचण्यांमध्ये काही वेडेवाकडे रिपोर्ट्स आले की भरा त्याचा प्रीमियम!''

''अगं, बरोबरच आहे त्यांचं! तुम्ही चाळिशी होईपर्यंत झोपून राहिलात तर त्याला ते तरी काय करणार?'' वसुंधराताई उद्गारल्या.

''ताई, खरं म्हणजे प्रत्येक व्यक्तीची साठी उलटली की वैद्यकीय विम्याची गरज प्रकर्षानं जाणवते. पण आपणच इतकं दुर्लक्ष करतो, की पैशापरी पैसा जाता, प्रसंगी पैशाअभावी जीवही जातो.'' सई ताईंना सांगत होती. ''बहुसंख्य लोकांचं वैद्यकीय विम्याचं संरक्षण जेवढं हवं त्याच्या निम्मानंसुद्धा नसतं! वाढता वैद्यकीय खर्च लक्षात घेता या विम्यालाही पर्याय नाही!'' सई म्हणाली.

■■■

लाभ आणि लोभ : एका मात्रेचा फरक

ठेवी स्वीकारणारी कंपनी रिझर्व्ह बँकेकडे नॉन-बँकिंग फायनान्स कंपनी म्हणून नोंदलेली हवी. लोकांकडून ठेवी स्वीकारण्याचा रिझर्व्ह बँक परवाना हवा. कंपन्यांच्या पतमापन करणाऱ्या संस्थांकडून (Credit Rating Agencies) म्हणजेच क्रिसिल, केअर, इक्रासारख्या संस्थांकडून योग्य ती पतश्रेणी प्राप्त झालेली असावी. या ठेवी एक वर्षापेक्षा कमी अवधीसाठी तसेच पाच वर्षांपेक्षा अधिक अवधीसाठी स्वीकारलेल्या असू नयेत. सर्वांत महत्त्वाचे म्हणजे या ठेवींवरील अधिकतम व्याजदर १२ टक्क्यांहून अधिक किंवा रिझर्व्ह बँकेने ठरवून दिलेल्या दरापेक्षा अधिक असू नये.

''सई, ही जाहिरात बघ!'' सरोजने जाहिरात दाखवत सईची प्रतिक्रिया पाहिली.

''सरोज, तुझ्याकडे देणगी द्यायला पैसे जास्त झाले असतील, तर एखाद्या अनाथाश्रमाला मदत कर...!''

''काय झालं? जाहिरातीचा आणि देणगीचा संबंध काय? मी तुला गुंतवणुकीची जाहिरात दाखवली...'' सरोजला थांबवत सई म्हणाली, ''हे बघ सरोज, मला या पोन्झी स्कीम्सची चांगली माहिती आहे.''

''पोन्झी स्कीम्स म्हणजे?'' मध्येच सायलीचा प्रश्न प्रकटतो.

''अगं, चार्ल्स पोन्झी या इटालियन माणसाने अमेरिकेतील सरोजसारख्या गुंतवणूकदारांना ४५ दिवसांत ५० टक्के नफ्याचे आमिष दाखवून सुमारे वीस मिलियन डॉलर्सचा फटका दिला होता. तो काळ होता १९२०चा... आपण अजून एक वर्षांनी या पोन्झी स्कीमची शताब्दी अशा गैरव्यवहारी आणि बोगस योजनांनी साजरी करू या!'' सई घुश्श्यातच म्हणाली.

''अगं, पण ही कंपनी कशावरून तशी असेल? पोस्ट डेटेड धनादेश देणार असं म्हटलंय या जाहिरातीत...'' सरोजच्या बोलण्यावर सई उत्तरते, ''हे न वटणारे चेक्स देऊन तुम्हांला 'मामा' बनवत आहेत.''

''दरमहा पाच हजार रुपये पाच वर्षं भरले, तर मुदतीअंती पाच लाख रुपये आणि बोनसची रक्कम मिळणार!'' सरोजने जाहिरातीतले वाक्य मोठ्याने वाचले.

ताई उत्साहाने म्हणाल्या, ''अय्या! किती छान! सई, यात वाईट काय आहे?''

''ताई, तुम्हांलापण पटली की नाही ही योजना?'' सरोजने वसुंधरातार्इंना आपल्याकडे खेचत विचारले.

''अहो ताई, या योजनेचा उत्पन्नदर अंदाजे १५ टक्के येतो. एवढा लाभ खरोखरच मिळत असता तर सर्वांनीच अशा कंपन्यांत पैसे गुंतवले असते. तुम्हांला तरी पटतं का? आजच्या काळात १५ टक्के व्याजदर मिळेल का?'' सईचे प्रश्न आदळले.

''पोस्टाच्या ज्येष्ठ नागरिकांच्या योजनेवरील ८ टक्के व्याजदर लक्षात घेतला, तर सरकार जास्तीत जास्त एवढा उत्पन्न दर देऊ करते हे लक्षात येतं.'' सायली म्हणाली.

''सहकारी बँका... त्यासुद्धा शेड्युल्ड... ८ ते ८.५ टक्के व्याजदर देत आहेत.'' ताई म्हणाल्या.

''हो, ना! मग या कंपन्या बँक व्याजदरांच्या दुप्पट व्याजदर देत आहेत; तेसुद्धा रिझर्व्ह बँकेच्या बँकेतर वित्तीय कंपन्यांच्या अटींचा भंग करून!'' सई स्पष्ट करते.

''रिझर्व्ह बँकेच्या मते, या कंपन्यांनी किती व्याजदर द्यायला हवा?'' सरोज विचारले.

''पहिली गोष्ट म्हणजे, मुळात ठेवी स्वीकारणारी कंपनी रिझर्व्ह बँकेकडे नॉन-बँकिंग फायनान्स कंपनी म्हणून नोंदलेली हवी. लोकांकडून ठेवी स्वीकारण्याचा रिझर्व्ह बँक परवाना हवा. कंपन्यांच्या पतमापन करणाऱ्या संस्थांकडून (Credit Rating Agencies) म्हणजेच क्रिसिल, केअर, इक्रासारख्या संस्थांकडून योग्य ती पतश्रेणी प्राप्त झालेली असावी. या ठेवी एक वर्षापेक्षा कमी अवधीसाठी तसेच पाच वर्षांपेक्षा अधिक अवधीसाठी स्वीकारलेल्या असू नयेत. सर्वात महत्त्वाचं म्हणजे या ठेवींवरील अधिकतम व्याजदर १२ टक्क्यांहून अधिक किंवा रिझर्व्ह बँकेने ठरवून दिलेल्या दरापेक्षा अधिक असू नये. कळलं?'' सईच्या या स्पष्टीकरणानंतरही सरोजला प्रश्न पडत होते.

''हे बघ, सई... आत्तापर्यंत किती कंपन्यांनी असं फसवलं असेल? आणि किती रुपयांना?''

''हा आकडा बघ किती आहे?'' सईने पेपरवर आकडा लिहिला.

''शून्य मोजताना माझा घोटाळा होतोय गं!''

''बायांनो, आजपर्यंत २२०० कोटी रुपये अशा प्रकारच्या योजनांत अडकले आहेत. यात गोल्डसुख, अभिनव गोल्डपासून सिटी लिमोझिन, कल्पवृक्ष, शेरेगर वगैरे सर्व आले. फक्त स्पीक आशियाचे २५०० कोटी रुपये वेगळे ठेवले आहेत.'' सई हसत सांगते.

''आपण जर या आमिषाला बळी पडलो असतो, तर आपलं कल्याणच झालं असतं!' वसुंधराताई इतक्या वेळेनंतर बोलल्या.

''बऱ्याच जणांना या लोभापोटी मुंबईतलं घर विकून कल्याण-डोंबिवली किंवा बोरिवली-दहिसर नव्हे, तर पार बदलापूर-अंबरनाथ किंवा विरार-वसईच्या पुढे जावं लागलं आहे. 'लाभ' आणि 'लोभ' यात एका मात्रेचा फरक आहे. हाच फरक लक्षात घेतला, तर आपण कधीही फसू शकणार नाही! पण हा फरक आपण दुर्लक्षित करतो आणि कष्टाचे पैसे घालवून बसतो!'' सईच्या बोलण्यावर सर्व जणी 'खरंय गं बाई तुझं' असं म्हणाल्या.

■■■

कर्जाला गॅरेंटर... जिवाला घोर

गॅरेंटर म्हणजे, कर्जदाराने त्याच्या कर्जाची परतफेड नाही केली तर तुम्ही ती कर्जाची रक्कम व्याजासकट परत करण्याची हमी देणारी व्यक्ती. ज्यांना तुम्ही गॅरेंटर राहता त्यांचे राहणीमान, खर्च, सवयी-व्यसने... आणि मुख्य म्हणजे त्यांची पत पाहणे गरजेचे आहे.

''अगं सई, मानसी आज तरी येणार का?'' वसुंधराताईंनी विचारले.

''अहो ताई, आज तिला बँकेत बोलावलं आहे. बघू या तिची विनंती मान्य करतात का? सध्यातरी दुसरा पर्याय दिसत नाहीये.'' सई म्हणाली.

''यासाठी गॅरेंटर म्हणून सही करताना दहा वेळा विचार करावा.'' सरोज म्हणाली.

''अगं सरोज, काही वेळा नाइलाजाने आपल्याला हमी द्यावी लागते. कधी मैत्री जपण्यासाठी, तर कधी नातं जपण्यासाठी!'' वसुंधराताई म्हणाल्या.

''पण ताई, खरं म्हणजे आपण शिकले-सवरलेले लोकच निष्काळजीपणे हमीदार (गॅरेंटर) म्हणून सहजपणे सह्या करतो आणि नंतर पस्तावतो.'' सई म्हणाली.

''सई, गॅरेंटर राहिल्यावर गॅरेंटरला कधी गरज भासली तर कर्जही मिळत नाही. का तर म्हणे, तुम्ही दुसऱ्याच्या कर्जाला गॅरेंटर आहात!'' सरोज वैतागून म्हणाली.

''अगं सरोज, त्यांचंही बरोबरच आहे. मुळात गॅरेंटर म्हणजे, कर्जदाराने त्याच्या कर्जाची परतफेड नाही केली तर तुम्ही ती कर्जाची रक्कम व्याजासकट परत करण्याची हमी देणारी व्यक्ती. ज्यांना तुम्ही गॅरेंटर राहता त्यांचं राहणीमान, खर्च, सवयी-व्यसनं... आणि मुख्य म्हणजे त्यांची पत पाहणे गरजेचे आहे.''

''पत म्हणजे?'' मध्येच सरोजचा प्रश्न आला.

''पत म्हणजे क्रेडिट... बाजारातील, समाजातील आणि कुटुंबातील पत गॅरेंटरनं आजमावून बघणं गैर ठरत नाही.'' सई म्हणाली.

''हे सगळं विचारायला गेलं किंवा नुसती चौकशी केली तरी त्या कर्जदाराला आपला राग येणार!'' वसुंधराताई म्हणाल्या.

''अहो ताई, खरं म्हणजे राग यायला नको. हा कर्जाचा व्यवहार आहे. कर्जदाराची जोखीम हमीदार स्वत:च्या शिरावर घेत असतो; तेसुद्धा केवळ भिडेपायी. आपला भिडस्त स्वभाव इथे मोठा दगा देऊ शकतो. इथे कायद्यानुसारच बँका वित्तीय संस्था ही वसुली गॅरेंटरकडून करत असतात. आणि त्यात गैर काही नसतं.'' सईने समजावून सांगितले.

''अय्या, खरंच असा कायदा आहे?'' सरोजचा बावळट प्रश्न अपेक्षेप्रमाणे आलाच.

''अगं हो! सिक्युरिटायझेशन ॲण्ड रिकन्स्ट्रक्शन ऑफ फिनान्शिअल ॲसेट्स ॲण्ड एन्फोर्समेंट ऑफ सिक्युरिटी इंटरेस्ट ॲक्ट २००२ (सरफेसी ॲक्ट) अशा लांबलचक नावाचा हा कायदा कर्जदारापेक्षा गॅरेंटरच्या जिवाला घोर लावतो.'' सईला मध्ये थांबवत वसुंधराताईंनी विचारले, ''याच कायद्याने आपल्या मानसीची हालत केली आहे तर! बिचारी मैत्रिणीला गॅरेंटर राहिली आणि आता पस्तावली आहे.''

''ताई, मानसीला जर नजीकच्या काळात घरासाठी कर्ज घ्यायचं होतं, तर तिने आपली स्वत:चीही निकड बघून गॅरेंटर म्हणून राहण्यास नकार द्यायला हवा होता. तुम्ही एकदा का कोणाला गॅरेंटर म्हणून हमी दिलीत, की तुमची कर्ज मिळण्याची पात्रता कमी होते. याचा परिणाम तुमच्याच 'क्रेडिट हिस्ट्री'वर होतो आणि 'पत' अडचणीत येते. भविष्यात तुम्हांला दिलं जाणारं कर्ज हीच 'पत' बघून निश्चित केलं जात असतं.'' सईची बडबड थांबवत सरोजने विचारले, ''मीही एका मैत्रिणीला पंचवीस हजार रुपयांच्या कर्जासाठी गॅरेंटर म्हणून राहिले आहे. त्याला चार-पाच वर्षं झाली. मला अजूनपर्यंत बँकेनं बोलावलं नाही. म्हणजे तिचे हप्ते नियमित असतील किंवा कर्जही फिटलं असेल.''

''घ्या...! सरोज, तुला तिचं कर्ज फिटलं की नाही हेच माहीत नाही. किती गं बेफिकीर आहेस तू! तुला ही माहिती करून घ्यायलाच हवी.'' सईने सरोजला सुनावले.

''ही अशीच आहे!'' वसुंधराताईंनी री ओढली.

''बँक किंवा वित्तसंस्था सरफेसी कायदा २००२अन्वये जेव्हा कारवाई करते, त्या वेळी प्रसंगी गॅरेंटरची मालमत्ताही जप्त करून, तिचा लिलाव करून कर्जाची वसुली केली जाते.''

सईच्या या बोलण्यावर वसुंधराताईंनी विचारले, ''अगं सई, मग आपण जर कोणाला गॅरेंटर राहिलो नाही, तर आपल्याला गरज असेल तेव्हा कोण उभं राहणार?''

''ताई, तुमचं अगदी खरं आहे हे म्हणणं! पण अगदी जवळचे नातेवाईक आणि मित्र, की ज्यांची इत्थंभूत माहिती आपल्याकडे आहे, तसंच त्यांची गुंतवणूक, राहणीमान आणि स्वभाव इत्यादींची जाण आहे, अशा व्यक्तींसाठी जरूर गॅरेंटर व्हा; जेणेकरून त्या व्यक्तीसुद्धा भविष्यात तुमच्यासाठी गॅरेंटर म्हणून उभ्या राहतील, शेवटी माणसामाणसांवरचा विश्वासच महत्त्वाचा असतो.''

■■■

वेडिंग बेल इन्शुरन्सची लग्नाआधी सगाई

न्यू इंडिया इन्शुरन्स कंपनी, नॅशनल इन्शुरन्स कंपनी, ओरिएण्टल इन्शुरन्स कंपनी आणि युनायटेड इंडिया इन्शुरन्स कंपनी या चार सरकारी सर्वसाधारण विमा क्षेत्रातील कंपन्यांबरोबरच बजाज अलायन्झ आणि आयसीआयसीआय लोम्बार्ड या खासगी क्षेत्रातील कंपन्यासुद्धा 'वेडिंग बेल इन्शुरन्स' उतरवतात. प्रत्यक्ष लग्न लागण्याच्या विधीच्या २४ तास आधीपासून ते विवाह समारंभ संपेपर्यंत किंवा लग्नाच्या दिवसासह पाच दिवस, यापैकी जे लवकर असेल त्या अवधीपुरतेच हे विमा संरक्षण मर्यादित असते.

''अगं सई, दोन दिवस होतीस कुठे तू?'' सायलीचा प्रश्न.

''हो ना! सईचा फोनपण रिचेबल नव्हता!'' मानसी म्हणाली.

''सई, गुलाबी थंडीची मजा घ्यायला दोघंच गेला होता का?'' वसुंधराताईंनी हसत विचारले.

सर्वांच्या कमेन्ट्स ऐकल्यावर सई सावरून बसत म्हणाली, ''आज मीच पहिली भेटले वाटतं! ताई, तुम्हीपण यांच्या बाजूने आता माझी मस्करी करता... हे बरं नाही!''

''दोन दिवस कुठे होतीस? ना फोन, ना खुशाली, मग काळजी वाटणारच ना!'' ताई म्हणाल्या.

''अहो, या दोन दिवसांत पुण्यापासून ठाणे-मुंबईपर्यंत मोजून सात लग्नसोहळे पालथे घातले. सगळी लग्नं आपल्या घरातील म्हणा अशाच व्यक्तींची. दोन मित्रमंडळींची, तर उरलेली पाच नातेवाइकांची... अशी दमछाक झाली म्हणून सांगू!' सई वैतागाने म्हणाली.

''एका दिवसात या वेळी तीस-तीस हजार लग्नं मुंबईपर्यंत झाली. बारा-बारा-बाराच्या मुहूर्ताने त्यात अजून भर टाकली. एका दिवसात लग्नघरांची संख्या लाखावर पोहोचली.'' सायलीच्या या बोलण्यावर मानसी म्हणाली, ''मूर्ख लेकाचे, आम्ही लग्न करून फसलो. तुम्ही तरी हा मूर्खपणा करू नका... पण छे! कोणी ऐकतच नाही!'' यावर सगळ्या जणी हसल्या.

''मानसी, सर्वच जण लग्न झाल्यावर असंच म्हणतात.'' ताई म्हणाल्या.

''आम्हांलापण एका दिवशी तीन लग्नं अटेण्ड करायची होती. पण एक लग्न रद्दच झालं. नवरी मुलीच्या वडिलांचं निधन झालं. तेसुद्धा लग्नाच्या आदल्या दिवशी सकाळी!'' सायली म्हणाली.

> या योजनेत प्रत्येक घटकाचे विमा संरक्षण आणि त्याचा विमा हप्ता वेगळा असल्याने 'वेडिंग बेल इन्शुरन्स' घेताना काळजी घ्यावी लागते. प्रत्येक घटकाचे कमाल विमा संरक्षण पाच लाख रुपयांपर्यंतच मर्यादित आहे. या विमा संरक्षणासाठी प्रत्येक हजार रुपयाच्या विमा रकमेसाठी किमान पन्नास पैसे ते कमाल सव्वातीन रुपये विमा हप्ता सरकारी क्षेत्रातील चार सर्वसाधारण विमा कंपन्या आकारतात.

''बिचारी वधू! एकीकडे लग्नाचा आनंद साजरा करताना अचानक वडिलांचा मृत्यू होणं... तिला चांगलाच धक्का बसला असेल ना?'' ताई म्हणाल्या.

''हो तर! लग्न रद्द झाल्याचं सर्वांना कळवावं लागलं. जे बाहेरगावाहून येणार होते, त्यांना येऊ नका म्हणून सांगताना मुलीकडच्या नातेवाइकांचे स्वर करुण झाले होते. धमाल चाललेल्या आनंदी वातावरणाचं स्मशानशांततेत झालेलं रूपांतर बघवत नव्हतं!'' सायली म्हणाली.

''अय्या! म्हणजे लग्नाचा खर्च... हॉलचा खर्च सगळा पाण्यात गेला म्हणायचा!'' मानसीने वेगळ्या मुद्द्यावर गाडी वळवली.

''आधीच मुलीचं लग्न म्हणून वधू पक्षावर मोठा मानसिक ताण असतो. त्यात हा आर्थिक तोटा... खरंच कीव येते अशा लोकांची!'' ताई म्हणाल्या.

''ताई, त्यांनी जर विमा उतरवला असता तर ही नुकसानभरपाई मिळाली असती!'' सईच्या या बोलण्यावर मानसी म्हणाली, ''सई, लग्नाचा कोणी विमा उतरवतं का? तूपण ना काहीही सांगतेस!''

''अगं वेडे, आपल्याकडे आता विवाह समारंभाचा विमा उतरवता येतो. तोसुद्धा 'वेडिंग बेल इन्शुरन्स' योजनेंतर्गत!'' सई ठामपणे म्हणाली.

''यापूर्वी कधीच ऐकलं नव्हतं अशा योजनेबद्दल! कोणती कंपनी काढते हा विमा?'' ताईंनी विचारले.

''अहो ताई, न्यू इंडिया इन्शुरन्स कंपनी, नॅशनल इन्शुरन्स कंपनी, ओरिएण्टल इन्शुरन्स कंपनी आणि युनायटेड इंडिया इन्शुरन्स कंपनी या चार सरकारी सर्वसाधारण विमा क्षेत्रातील कंपन्यांबरोबरच बजाज अलायन्झ आणि आयसीआयसीआय लोम्बार्ड या खासगी क्षेत्रातील कंपन्यासुद्धा 'वेडिंग बेल इन्शुरन्स' उतरवतात.'' सईने माहिती पुरवली.

''या 'वेडिंग बेल इन्शुरन्स' योजनेचे लाभ काय असतात?'' सायलीने विचारले.

''प्रत्यक्ष लग्न लागण्याच्या विधीच्या २४ तास आधीपासून ते विवाह समारंभ संपेपर्यंत किंवा लग्नाच्या दिवसासह पाच दिवस यापैकी जे लवकर असेल त्या अवधीपुरतंच हे विमा संरक्षण मर्यादित असतं. हॉलचं भाडं, केटरर्सचं डिपॉझिट, डेकोरेटर्सना दिलेली आगाऊ रक्कम, पुरोहिताला दिलेली आगाऊ दक्षिणेची रक्कम, ब्युटीशियन्सची बिदागी, परगावी लग्न असेल तर वऱ्हाडी मंडळींसाठी ठरवलेल्या वाहतूक व्यवस्थेचा खर्च, राहण्याच्या व जेवणा-खाण्याच्या सुविधेसाठी होणारा खर्च... तसेच पूर, दंगल, आग, चोरी किंवा अपघात यांमुळे विवाह समारंभ रद्द करावा लागला, तर हा सांगितलेला सर्व प्रकारचा खर्च विमा संरक्षणात येतो. एवढंच नव्हे, तर वधूवरांच्या दागिन्यांची, साडी-सुटासह कपड्यांची चोरी झाल्यास, नष्ट होणारे जिन्नस किंवा वस्तू त्यांची पुन:खरेदी शक्य नसल्यामुळे होणारं नुकसान, वऱ्हाडी मंडळींना लग्न मंडपात किंवा सभागृहात अपघात होऊन इजा झाल्यास विमा संरक्षणाचा लाभ मिळतो.'' सईने एवढे विस्तृत सांगूनही मानसीने तिला थांबवत प्रश्न विचारलाच, ''वधूला किंवा वराला अपघात झाला तर?''

''अगं मानसी, वधू-वरांनाच अपघात झाल्यामुळे किंवा त्यांच्या आई-वडिलांना किंवा सख्ख्या भाऊ-बहिणींना अपघात झाल्याने किंवा आकस्मिक मृत्यू झाल्यामुळे, विवाह समारंभ पुढे ढकलावा लागला किंवा रद्द करावा लागला, तर त्याचा खर्च या विमा संरक्षणांतर्गत मिळतो.'' सई उत्तरली.

''सई, पण या विम्याचा हप्तापण मोठाच असणार ना?'' ताईंनी जरा बिचकतच विचारले.

''हे बघा ताई, या योजनेत प्रत्येक घटकाचं विमा संरक्षण आणि त्याचा विमा हप्ता वेगळा असल्याने 'वेडिंग बेल इन्शुरन्स' घेताना काळजी घ्यावी लागते. प्रत्येक घटकाचं कमाल विमा संरक्षण पाच लाख रुपयांपर्यंतच मर्यादित आहे. या विमा संरक्षणासाठी प्रत्येक हजार रुपयाच्या विमा रकमेसाठी किमान पन्नास पैसे ते कमाल सव्वातीन रुपये विमा हप्ता सरकारी क्षेत्रातील चार सर्वसाधारण विमा कंपन्या आकारतात.'' सईच्या या बोलण्यावर मानसीचा पुन्हा प्रश्न आलाच, ''पण सई, नेमकं विमा संरक्षण कशासाठी आणि किती ते कसं ठरवायचं?''

''लग्न समारंभ रद्द केला किंवा पुढे ढकलला, तर किमान दोन लाख रुपये ते आठ लाख रुपये, लग्नाच्या वस्तू-दागिने चोरीला गेले तर किमान दोन लाख रुपये, लॉकरमधील रोख रकमेची चोरी झाली तर दोन लाख रुपये आणि वैयक्तिक अपघात झाला तर दोन लाख रुपये; तर वऱ्हाडी मंडळी आणि वधू-वरांना अनैसर्गिकपणे वा नैसर्गिक कारणांमुळे दुखापत झाल्यास किंवा प्राणावर बेतल्यास दहा लाख रुपयांचं विमा संरक्षण उपलब्ध आहे. या सर्वांचा एकत्रितपणे वीस लाख रुपयांचा विमा घेतला, तर सेवा करासह अंदाजे ३,८०० रुपयांच्या आसपास हप्ता जातो. आज भारतात विवाह समारंभाची बाजारपेठ सुमारे ७०-८० हजार कोटी रुपयांची आहे. त्यामुळे 'वेडिंग बेल इन्शुरन्स'शी सगाई केल्याशिवाय लग्न करणं आजच्या युगात जोखमीचं ठरतं.'' सईच्या बोलण्यावर सगळ्याच जणी 'खरं आहे बाई तुझं बोलणं' असे म्हणाल्या.

■■■

अष्टसूत्री एन्जॉयमेंट

बचत का केली पाहिजे? या बचतीची गुंतवणूक कुठे आणि कशी केली पाहिजे? या प्रश्नाची जाणीव खर्चातूनच होत असते. त्यामुळे खर्च करायला सुरुवात केली की काही दिवसांतच बचतीची जाण येतेच!

''सई, काल माझा भाचा आला होता... पहिल्या पगाराचे पेढे घेऊन! इतका खूश होता म्हणून सांगू! त्याचा आनंद बघून मलाही माझ्या नोकरीच्या पहिल्या पगाराचा दिवस आठवला!'' वसुंधराताईंचे डोळे भरून आले.

''आम्हीही हा क्षण हृदयाच्या कप्प्यात जपून ठेवला आहे! नोकरी करण्याचं स्वप्न जेव्हा सत्यात उतरतं तेव्हा कोण आनंद होतो नाही!'' सायली ताईंना म्हणाली.

''तुमचा भाचा इंजिनीअर आहे ना? मग पहिलाच पगार चाळीस-पन्नास हजार रुपये खेचला असेल त्याने!'' मानसी म्हणाली.

''नाही गं, मानसी! तो आता ट्रेनी म्हणून लागला आहे. तरीही बावीस हजार रुपये मिळणार त्याला!'' ताई म्हणाल्या.

''ताई, तुमच्या भाच्याला सांगा, पहिले तीन महिने नुसतं एन्जॉय कर... नो सेव्हिंग्ज, नो इन्व्हेस्टमेंट... काही नाही करायचं! फक्त धमाल करायची!'' सईच्या या बोलण्यावर ताईंनी विचारले.

''अगं बाई! तूच का हे बोलतेस; नेहमी आम्हांला बचत गुंतवणुकीचे धडे देणारी!''

''हो! मीच सांगते, कारण मीसुद्धा हेच केलं होतं! माझ्या नवऱ्याची घरची परिस्थिती तेव्हा तेवढी चांगली नसल्याने बिचाऱ्याला ही एन्जॉयमेंट नाही करता आली! पण माझ्याशी लग्न झाल्यावर त्याला त्याचा पगार एका महिन्यासाठी फक्त त्याच्या आनंदासाठी वापरायला सांगितलं, तर बिचारा कोण भावूक झाला!'' सईचं भन्नाट वक्तव्य ऐकून मानसीने विचारले, ''ही एन्जॉयमेंट तेव्हा का करावी असं वाटलं तुला?''

''हे बघ मानसी, माझ्या घरी माझ्या पगारावर मीच काय, कोणीच अवलंबून नव्हतं. पण माझा नवरा नोकरीला लागणं ही त्याची आणि कुटुंबाची गरज होती. फारच थोड्या जणांना अशी एन्जॉयमेंट करता येते.

हे जरी खरं असलं तरी त्यांनी ती संधी सोडू नये!'' सईला अडवत सायली म्हणाली, ''अगं, आजकाल एन्जॉयमेंट म्हणजे 'पिणं' आलंच... रिसॉर्टसवर वीकएन्ड्स साजरे करणं असली फॅडं आली आहेत!''

''ड्रिंक्स कोणी, किती आणि कोणती घ्यायची हे ज्याचं त्यानेच ठरवावं. मी सांगते ती मजा म्हणजे आपलं 'प्रोफाईल' बघून ब्रॅण्डेड कपड्यांची, बुटांची खरेदी, की ज्यामुळे आपलं व्यक्तिमत्त्व अजून खुलून दिसेल. चांगली नाटकं-सिनेमे बघत मजा करताना, पिझ्झा-बर्गर खाताना एक गोष्ट लक्षात येते... या पद्धतीने मजा करत आपण जगायचं म्हटलं तर हातात असलेली पगाराची रक्कम दहा दिवसही पुरणार नाही. आणि हीच जाणीव महत्त्वाची असते. ही जाण खर्च करताना, मजा करताना आपोआप होणं हे भविष्यासाठी उपयुक्त ठरतं. पहिल्या दहा-बारा दिवसांत रिक्षा-टॅक्सीने प्रवास करत अशी एन्जॉयमेट केल्यावर पुढचे पंधरा-वीस दिवस कदाचित घरीच रक्कम मागावी लागणार याची जाण होते.'' सईच्या बोलण्यावर ताई म्हणाल्या, ''माझ्यासारखी आई असेल तर सरळ सांगेल 'आहे त्या पैशात महिना काढ!'''

''अहो ताई, एवढी टोकाची भूमिका नको घ्यायला! कारण खरं तर या एन्जॉयमेंटमधून स्वतःलाच शिकवायचं असतं आणि शिकायचं असतं! त्या भाच्याला जर सांगितलं, की 'आधी दहा हजार रुपये बँकेत टाक, आयुर्विमा पॉलिसी काढ, मेडिक्लेम काढ...' तर हे सर्व ऐकून आणि द्यावी लागणारी रक्कम बघून त्याच्या चेहऱ्यावरचा आनंद थिजून जाईल. ही बचत का केली पाहिजे? या बचतीची गुंतवणूक कुठे आणि कशी केली पाहिजे? या प्रश्नाची जाणीव खर्चातूनच होत असते. त्यामुळे खर्च करायला सुरुवात केली की काही दिवसांतच बचतीची जाण येतेच!'' यावर ताई म्हणाल्या, ''म्हणजे यांनी पहिल्या तीन महिन्यांचा पगार नुसता उधळायचा? मला नाही हे पटत!''

''अहो ताई, याच तीन महिन्यांत ही मंडळी स्वतःहून बचत-गुंतवणूक कशी करता येईल, गुंतवणूक नियोजन कसं करायचं याची माहिती मिळवायला लागतात. त्यातूनच त्यांना सर्फिंग करताना नाही, तर मित्रांकडून किंवा गुंतवणूक समुपदेशक-सल्लागार यांच्याकडून अष्टसूत्री कार्यक्रम मिळतो. मग काय, संपत्ती निर्मितीची संकल्पना कृतीत यायला लागते!'' सई भराभर बोलत होती.

''ही अष्टसूत्री काय गं?'' मानसीचा अपेक्षित प्रश्न.

''अष्टसूत्रीमधील पहिले सूत्र... बचतीचं प्रमाण निश्चित करतानाच सर्व गुंतवणूक साधनांची, आयकर कायद्याची नेमकी आणि जुजबी माहिती करून घेणं.

''दुसरं सूत्र आयुर्विम्याचं! कमीत कमी अवधीत हप्ता भरून सर्वाधिक मुदत असलेला मुदतीचा विमा उतरवणं!

''तिसरं सूत्र सार्वजनिक भविष्य निर्वाह निधीचं खातं उघडणं.

''चौथं सूत्र व्यक्तिगत अपघात विम्यासह आरोग्य विम्याचं.

''पाचवं सूत्र आपलं राहणीमान पहिल्या तीन महिन्यांतच लक्षात आल्यानं आपत्कालीन निधीची उभारणी नोकरीच्या पहिल्या वर्षातच करणं.

''सहावं सूत्र दरमहा बाजूला ठेवू शकलेली बचत पुनरावर्ती ठेवीत (रिकरिंग डिपॉझिट) आणि म्युच्युअल फंडाच्या एसआयपी (सिस्टमॅटिक इन्व्हेस्टमेंट प्लॅन)मध्ये गुंतवणं.

''सातवं सूत्र वृद्धापकाळाच्या तरतुदीसाठी आत्तापासूनच नाममात्र का होईना; पण पेन्शन फंडात दरमहा रक्कम जमा करणं.

‘‘आठवं आणि महत्त्वाचं सूत्र आहे शेअर्स बॉण्ड्समधील गुंतवणुकीसाठी आवश्यक असणारं डिमॅट खातं उघडून शेअर्सच्या गुंतवणुकीचा श्रीगणेशा करणं... म्हणजेच संपत्ती निर्मितीचा पायारंभ करणं. भविष्यात चलनवाढीला उतारा शेअर्स गुंतवणूकच ठरते, हे आजवर सिद्ध झालं आहे.’’

‘‘ही अष्टसूत्री भन्नाट आहे!’’ मानसी म्हणाली.

‘‘सई, माझ्या भाच्याला तुला फोन करायला सांगते. सोनाराने कान टोचलेले बरे असतात.’ ताई म्हणाल्या.

‘‘आता कळलं ना ‘एन्जॉयमेंट’ खर्चापेक्षा अष्टसूत्रीमध्ये अधिक आहे. ती जाण महत्त्वाची ठरते.’’ सई हसतच म्हणाली.

■■■

स्मार्ट खरेदीत स्मार्ट बचत विजेची

'बीईई'ने पतमापन केलेले चार तारांकित (४ स्टार रेटेड) एसी दर महिन्याच्या विजेच्या युनिट्समध्ये मोठी बचत करतात. सहा महिने तुम्ही रोज एसीचा वापर करत असाल, तर किमान ५०० युनिट्सची वीज कमी वापरली जाईल. अग, फ्रीजनासुद्धा 'बीईई' रेटिंग आहे. जेवढे स्टार्स जास्त, तेवढी विजेची बचत अधिक असते. अगदी टीव्ही घेतानासुद्धा एलसीडी मॉनिटरच घ्या. वीज कमी लागते.

''सई, दिवाळीची खरेदी आटोपली की नाही?''

''सईची खरेदी एका दिवसातच पूर्ण झाली असेल!''

''काय गं, ऐकतेस ना, तुझ्या मैत्रिणी काय बोलतात ते!'' वसुंधराताईंनीसुद्धा सईला हळूच पिन मारली.

''ताई, तुम्हीपण त्यांच्यात सामील होताय... सगळं कळतंय मला! तुमची माझ्यावर माया आहे म्हणून मी तुम्हांला काही बोलणार नाही.'' सईच्या या बोलण्यावर सायलीनं वसुंधराताईंना सावध केलं, ''ताई, सांभाळून राहा... सई गोड बोलतेय. म्हणजे...!''

ताई सायलीला हसत म्हणाल्या, ''म्हणजे सईला माझ्याकडून कसली तरी रेसिपी हवी आहे! हो की नाही, सई?''

''नाही हो! मला खरंच रेसिपी नको! हां, मी किनई अनारशाचं रेडीमेड पीठ आणलंय!'' सईने सांगितले.

''त्या पिठाच्या पाकिटावर लिहिल्याप्रमाणे कृती केली, पण अनारसे मनासारखे नाही झाले. खरं ना?'' ताईंनी सईच्या मनातले सहज ओळखले.

''अय्या! तुम्हांला कसं कळलं? अगदी मनकवड्या आहात हं!' सई म्हणाली.

''दर वर्षीचा तुझा अनुभव आम्हांला आनंद मिळवून देतो... आणि अनारसेसुद्धा!' मानसी पटकन बोलून गेली.

''किती दुष्ट मैत्रिणी आहात तुम्ही!'' सई खोट्या रागातच म्हणाली.

''सई, रागावू नको गं...!'' सायली सईची समजूत काढत म्हणाली, ''दिवाळीची खरेदी पूर्ण झाली का?''

''हो! आमची खरेदी दोन दिवसांत पूर्ण होते. यादी केली की पटापट खरेदी होते.'' सई म्हणाली.

''आमची खरेदी अजून सुरूच आहे... काय महागाई झाली आहे. इथे दिवसादिवसाला दर वाढताहेत!'' मानसी म्हणाली.

''अशी कोणती खरेदी करत आहेस?' सईने विचारले.

''अगं, आमचा फ्रीज खूपच खराब दिसतोय आणि जुनापण झाला आहे. नवीन आलेला दोन दारांचा मोठा फ्रीज आमच्या मनात भरलाय.'' मानसी पटकन बोलून गेली.

''मानसी, फ्रीज 'बुक' केलास का?'' सईने विचारले.

''आज करणार आहे... संध्याकाळी!'' मानसीने सांगितले.

''अजिबात डबल डोअर म्हणजे दोन दारांचा फ्रीज घेऊ नकोस. या फ्रीजना इलेक्ट्रिक पॉवर जास्त लागते. त्यामुळे बिल वाढणार तुझं!'' सईने मानसीला माहिती पुरवली.

''अगं, पण आमच्याकडे घरात सीएफएलचे दिवे आणि इलेक्ट्रॉनिक टी-फाईव्ह ट्युबलाईट्स लावल्या आहेत.''

यावर सई हात जोडून नमस्कार करत म्हणाली, '''बाईसाहेब, सीएफएलचे बल्ब्ज आणि टी-फाईव्ह ट्युबलाईट्स लावून तुझ्या इलेक्ट्रिक बिलात दरमहा होणारी किमान २० टक्क्यांची बचत तू या डबलडोअर फ्रीजमध्ये घालवणार का?''

सईच्या प्रश्नाने भानावर येत मानसीने कबुली दिली, ''अगं खरंच. मला ही माहिती नव्हती. आता नवऱ्याला सांगते, ''दोन दारांऐवजी एकच दाराचा फ्रीज घेऊ.''

''सई, आम्ही वॉशिंग मशीन घेतोय!'' ताई म्हणाल्या.

''मग तुम्ही फ्रंट लोडिंग म्हणजे मशीनच्या दर्शनी भागातून कपडे सरकवता येतात, असं मशीन घ्या. अशी मशिन्स किमान ५० टक्के विजेची बचत करतात. या मशिन्सचा ड्रायरसुद्धा कमी वापरला जाऊन विजेची बचत करतो.'' सईने वसुंधराताईंना सांगितले.

''अय्या! सई, आम्ही दिवाळीनंतर एसी घेऊ म्हणतोय! त्यात असं काही आहे का वीज वाचवायचं?'' सायलीने विचारले.

''हे बघ सायली, तुझी खोली १५० चौरस फूट क्षेत्रफळापर्यंत असेल, तर एक टनाचा एसी पुरेसा ठरतो. शक्यतो स्प्लीट एसीच घे. 'बीईई'ने पतमापन केलेले चार तारांकित (४ स्टार रेटेड) एसी दर महिन्याच्या विजेच्या युनिट्समध्ये मोठी बचत करतात.''

''समजा, सहा महिने तुम्ही रोज एसीचा वापर करत असाल, तर किमान ५०० युनिट्सची वीज कमी वापरली जाईल. अग, फ्रीजनासुद्धा 'बीईई' रेटिंग आहे. जेवढे स्टार्स जास्त, तेवढी विजेची बचत अधिक असते. अगदी टीव्ही घेतानासुद्धा एलसीडी मॉनिटरच घ्या. वीज कमी लागते.'' सईने सविस्तरपणे सर्व समजावून सांगितले.

''आपल्याला कोणताच दुकानदार असं सांगत नाही... इतकं सगळं!'' मानसी म्हणाली.

''अगं, सगळं त्यानं सांगण्यासाठी तुम्ही वीजबचतीसाठी जागरूक असल्याचं सांगितलं का?... नाही! तुम्हीच बेफिकीर आहात... मग तो कशाला सांगणार? मग भरा वाढीव दराने विजेची बिलं!'' सईने जोरात ठसवले.

''प्रत्येक गोष्ट सईला विचारल्याशिवाय करणं...'' मानसीच्या तोंडावर बोट ठेवत सई म्हणाली, ''पुरे...!''

■■■

ऋण फेडून सण साजरा करा बोनसवर

आपण शिकलो आणि संधी मिळाली म्हणून आज आपण एवढे कमावतो आहोत. त्यातील अगदी पाच टक्के भाग आपण समाजासाठी खर्च केला तर वावगे काय आहे? शिवाय, ही देणगी आयकरात सवलतही मिळवून देते.

''सई, दिवाळीचा बोनस घेतलास की नाही?'' मानसीने उत्सुकतेने विचारले.

''सईची कंपनी फॉर्मात आहे... त्यातून सईची कामगिरी 'बेस्ट'च असणार... बोनसपण घसघशीत असणार.'' वसुंधराताई हसत बोलल्या.

''काय ताई, तुम्हीपण माझी मस्करी करायला लागलात!'' सईने लटक्या रागाने म्हटले.

''अगं आम्हा सरकारी नोकरांना कुठे आलाय बोनस... मिळालंच तर सानुग्रह अनुदान... तेसुद्धा तुटपुंजं!'' ताई म्हणाल्या.

''पण तुम्ही आठ तास काम केल्यावर सरळ घरची वाट धरू शकता. आम्हांला रोजच नऊ-दहा तास काम करावंच लागतं. त्यामुळे बोनस असो वा स्पेशल अलाऊन्स... त्यासाठी बौद्धिक आणि शारीरिक श्रम करतोच... अर्थात त्याला पर्याय नसतो.'' सईने मर्मावरच बोट ठेवले.

''म्हणजे आम्ही सरकारी कर्मचारी काम करत नाही, असं म्हणायचं का?'' वसुंधराताईंनी घुश्श्यातच विचारले.

''ताई, मी माझं सांगितलंय... मी कुठे म्हणाले की तुम्ही काम करत नाही. आम्हांला काम करताना घड्याळ दाखवून चालत नसतं. कामाचा आणि कंपनीचा दर्जा राखण्यासाठी आम्ही जे काही मनापासून प्रयत्न करतो... त्याची दखल घेऊन 'बोनस'चा घसघशीत लाभ होतो.'' सईने गोड बोलत ताईंना आपला मुद्दा पटवून दिला.

''सई, तुझा सगळा बोनस बहुधा शेअर्सच्या खरेदीतच खर्च करणार असशील ना?'' मानसीचा अनपेक्षित प्रश्न आला.

''मानसी, मी नेहमीच बोनसच्या रकमेचे तीन भाग करते. दहा वर्षांपूर्वी अवघा पाच हजार रुपये मिळालेल्या बोनसच्या रकमेची कपडेलत्ते आणि भाऊबीजेची रिटर्न गिफ्टवर केलेली उधळण वगळता गेल्या नऊ वर्षांत बोनसच्या रकमेतून चांगली गुंतवणूक केली आहे.'' सई उत्तरली.

''अगं, पण तू तीन भाग करतेस, असं म्हणालीस ना! मग ते सांग की!'' मानसी म्हणाली.

''हे बघ, या वर्षी मला जवळजवळ साठ हजार रुपये बोनस मिळाला. त्यापैकी वीस हजार रुपये दिवाळीची खरेदी, रिटर्न गिफ्ट्स वगैरेसाठी वापरणार. तीस हजार रुपयांचे चांगले शेअर्स खरेदी करणार आणि दहा हजार रुपये दोन चांगल्या सामाजिक संस्थांना दिवाळीची भेट म्हणून देणगी देणार आहे.'' सईच्या उत्तराने सर्व जणी अवाक् होऊन बघत राहिल्या.

''अशा काय बघता माझ्याकडे?'' सई म्हणाली.

''तू दर वर्षी दिवाळीला सामाजिक संस्थांना देणगी देतेस?'' सायलीने विचारले.

''अगं, आत्तापर्यंत गेल्या नऊ-दहा वर्षांत दीड लाख रुपयांची देणगी दिली आहे. अगं, आपण शिकलो आणि संधी मिळाली म्हणून आज आपण एवढं कमावतो आहोत. त्यातील अगदी पाच टक्के भाग आपण समाजासाठी खर्च केला तर वावगं काय आहे? शिवाय, ही देणगी आयकरात सवलतही मिळवून देते. ज्या समाजाने आपल्याला घडवलं, त्या समाजाला फूल नाही, पण फुलाची पाकळी द्यायला काय हरकत आहे? माझ्या नवऱ्यानेच मला हे करायला भाग पाडलं. त्याचं म्हणणं, प्रत्येकाने किमान एक टक्क्यापासून ते १० टक्के वार्षिक उत्पन्न चांगल्या सामाजिक संस्थांना किंवा उपक्रमांसाठी दिलं तर प्रत्येक व्यक्ती स्वयंपूर्ण होणं सहज शक्य आहे.''

यावर ताई म्हणाल्या, ''सई, तुझ्यासारख्या भरपूर उत्पन्न असणाऱ्यांना हे शक्य आहे. आमच्यासारख्या मध्यमवर्गीय...''

ताईंना मध्येच थांबवत सई म्हणाली, ''अहो, तुम्ही मध्यमवर्गीय खरं तर देशाच्या अर्थव्यवस्थेचे मुख्य घटक आहात. तुम्ही समजून घेतलेत तर मोठा चमत्कार अर्थव्यवस्थेत घडू शकतो. संपूर्ण जगामध्ये भारतातील मध्यमवर्गीयांची बाजारपेठच सर्व कंपन्यांना भुलवत असते. त्यात भारतीय सणांची रेलचेल अधिक... मग तर विचारायलाच नको?''

''सई, पण मिळालेल्या बोनसमधील रकमेतून थोडासा दानधर्म करून उरलेली रक्कम कुठे गुंतवावी?'' मानसीने आपला हेका सोडला नाही.

''जर तुझं क्रेडिट कार्डचं बिल देणं असेल किंवा पर्सनल लोन असेल तर या बोनसच्या रकमेतून प्रथम ते देणं द्यावं. ऋण काढून सण साजरा करण्यापेक्षा ऋण फेडून सण साजरा करणं चांगलं! गृहकर्जाची परतफेड अंशतः जरी केली तरी आपल्या डोक्यावरचा भार कमी होईल. समजा, गुंतवणूकच करायची असेल तर पीपीएफ, चांगल्या कंपन्यांचे शेअर्स आणि सोन्याचे ईटीएफ युनिट्स हे तीन घटक आकर्षक वाटतात हो! अजून एक म्हणजे पेन्शन फंडाचाही या वेळी विचार केला तर उत्तमच होईल.'' सईने विस्ताराने सांगूनही मानसीची शंका उपस्थित झालीच, ''अगं सई, पण दिवाळीची खरेदी वगैरेसाठी लागणारी रक्कम...!''

मानसीला मध्येच थांबवत सायली म्हणाली, ''मानसी, त्यासाठी आपण मदतनिधी उभारू. या निधीतून तुझी खरेदी कर! मानसी, तू अगदी कहर करतेस हां!''

''अगं, जाऊ दे गं!'' सई सायलीला समजावते.

“तुम्ही बोनसच्या रकमेची गुंतवणूक करता तेव्हा पुन्हा आयकराचा प्रश्न येणार ना?” ताईंनी विचारले.

“ताई, सोपं सांगू का? जर तुमचं उत्पन्न करपात्रच ठरत नसेल आणि वर्षभरासाठीच गुंतवणूक करायची असेल तर बँक ठेवींचा पर्याय उत्तम. पण पाच-दहा टक्के आयकराच्या स्तरावर तुमचं उत्पन्न असेल तर म्युच्युअल फंडाची शॉर्ट टर्म इन्कम फंड योजना किंवा बँक ठेवी योग्य ठरतात. तुमचं आयकर दायित्व २० टक्क्याच्या स्तरावर असेल, तर मात्र डेब्ट फंड योजनाच ठीक वाटतात. पण तीन-पाच वर्षांहून अधिक काळासाठी गुंतवायचे असतील तर चांगल्या कंपन्यांचे शेअर्स किंवा इक्विटी फंड्स किंवा बॅलन्स्ड फंडमध्ये गुंतवणूक करणं योग्य ठरतं.” सईच्या उत्तराने सर्व जणी खूश झाल्याच; पण मानसी खुशीत येऊन ओरडली, “सई... थँक्यू बरं...!”

■■■

सिबिल स्कोअर : कर्जदारांच्या 'क्रेडिट'चे प्रगतिपत्रक

सिबिल ही एक संस्था असून 'क्रेडिट इन्फॉर्मेशन ब्युरो ऑफ इंडिया लिमिटेड'चे हे लघुरूप (CIBIL) आहे. तुमच्या प्रत्येक कर्जाची नोंद यांच्याकडे असते. अगदी क्रेडिट कार्डवर उचललेल्या उधारीपासून ते पर्सनल लोन, गृहकर्ज, वाहन कर्ज, शैक्षणिक कर्ज, व्यावसायिक किंवा उद्योग यांसाठी घेतलेले कर्ज... अशा सर्व प्रकारच्या कर्जाची तुम्ही किती लवकर आणि तत्परतेने परतफेड केली आहे किंवा करत आहात, यावरच तुमची 'पत' म्हणजेच 'क्रेडिट' अवलंबून असते.

''सई, माझ्या ऑफिसमधील एका मैत्रिणीला घरासाठी कर्ज हवं आहे. तुझ्या ओळखीत कुठे मिळेल का?'' सायलीने विचारले.

''सायली, गृहकर्ज मिळायला हल्ली विशेष अडचणी येत नाहीत. सहा महिन्यांची सॅलरी स्लिप आणि मागील तीन वर्षांचे फॉर्म क्रमांक १६ किंवा इन्कम टॅक्स रिटर्न्स घेऊन गेल्यावर गृहकर्ज मिळतंच!'' मानसीने एका दमात सांगितले.

''अगं, मानसी तुझं बरोबरच आहे. पण हे सर्व घेऊनही माझ्या मैत्रिणीला गृहकर्ज मिळत नाही.'' सायली म्हणाली.

''अगं, तुझ्या मैत्रिणीचा 'सिबिल स्कोअर' (CIBIL Score) कमी असणार बहुधा!'' सई उत्तरली.

''सिबिल स्कोअर म्हणजे काय?'' मानसीला शंका आलीच.

''सिबिल ही एक संस्था असून 'क्रेडिट इन्फॉर्मेशन ब्युरो ऑफ इंडिया लिमिटेड'चे हे लघुरूप (CIBIL) आहे. तुमच्या प्रत्येक कर्जाची नोंद यांच्याकडे असते. अगदी क्रेडिट कार्डवर उचललेल्या उधारीपासून ते पर्सनल लोन, गृहकर्ज, वाहन कर्ज, शैक्षणिक कर्ज, व्यावसायिक किंवा उद्योग यांसाठी घेतलेले कर्ज... अशा सर्व प्रकारच्या कर्जाची तुम्ही किती लवकर आणि तत्परतेने परतफेड केली आहे किंवा करत आहात, यावरच तुमची 'पत' म्हणजेच 'क्रेडिट' अवलंबून असते. त्यामुळे कोणत्याही बँका किंवा वित्तसंस्था तुम्हांला कर्ज किंवा अर्थसाहाय्य करण्याआधी तुमची 'पत' सिबिलकडून तपासून घेतात.'' सईने बरीच सविस्तर माहिती दिली.

''अगं, पण ही तपासणी कशी होते?'' मानसीचा प्रश्न आलाच.

''आपण शाळा-कॉलेजमध्ये शिकताना ज्याप्रमाणे परीक्षा दिल्यावर १०० पैकी गुण दिले जातात, त्याचप्रमाणे 'सिबिल'कडे आपले पतमापन (क्रेडिट रेटिंग) देऊनच होतं! फक्त हे गुण ९०० पैकी असतात. जर तुम्हांला ९०० पैकी ७०० ते ७५० दरम्यान गुण मिळाले, तर तुमची पत चांगली असून कर्ज देण्याच्या लायकीचे आहात, हे दर्शवते. आणि ७५१हून अधिक गुण असले, तर उत्कृष्ट कर्जदार असून, हप्ते नियमित वेळेवर भरणारा आणि कर्जाची परतफेड मुदतीआधीच करणारा असल्याने बँका त्याला सहज कर्ज उपलब्ध करतात.'' सईने मानसीच्या प्रश्नाचे उत्तर देऊनही मानसी समाधानी नव्हती. तिला पडलेला प्रश्न विचारण्याआधीच सायली मानसीला अडवत म्हणाली, ''सई, म्हणजे माझ्या मैत्रिणीचा सिबिल स्कोअर ७००पेक्षा कमी असणार. मग तिला कधीच कर्ज मिळणार नाही का?''

''छे! अगं, तिला पहिल्यांदा विचार तुझं क्रेडिट कार्डचं पेमेंट बाकी आहे का? जर असेल तर आधी तिला ते भरायला सांग, क्रेडिट कार्डवर तिनं कर्ज उचललं असेल, तर त्याची परतफेड लवकर करायला सांग, या क्रेडिट कार्डचा उपयोग तर आपली पत जपण्यासाठीच करायचा असतो, पण नेमकी आपली पतच या क्रेडिट कार्डवर पणाला लागते, हे आपण लक्षातच घेत नाही. एकदा का ही परतफेड झाली, की 'सिबिल'कडे आपला 'क्रेडिट स्कोअर' सुधारला आहे की नाही, याची खातरजमा करावी. त्यानंतरच कर्जासाठी अर्ज करावा.'' सईने नीट समजावून सांगितले.

''आपण कुठूनही कर्ज काढलं तरी 'सिबिल'कडे त्याची माहिती असते, माझ्या मैत्रिणीला जळीस्थळी क्रेडिट कार्ड वापरायची सवय आहे. या क्रेडिट कार्डची रक्कम तिनं विशिष्ट अवधीत भरली नसणार... त्यामुळेच बिचारीला गृहकर्ज मिळत नसावं.'' सायलीने सईला सांगितले.

''अगं, केवळ हा एकच घटक महत्त्वाचा आहे, असं नव्हे; तर तुमचा खर्च, गृहकर्जाचा हप्ता वजा जाता राहिलेल्या उत्पन्नातून पुरा पडू शकतो का? मुलांच्या शिक्षणाचा खर्च पेलूनही गृहकर्जाच्या हप्त्याला रक्कम अदा करणे कुटुंबाला भारी पडत नाही ना? अशा अनेक प्रश्नांचा विचार गृहकर्जासारखे दीर्घ मुदतीचे आणि मोठ्या रकमेचे कर्ज देताना बँका आणि वित्तीय संस्था करतात. यालाच कर्जदाराची कर्ज परतफेडीची क्षमता आजमावणे म्हटले जाते. हल्ली तुमच्या वेतनाच्या म्हणजे व्यवसाय कर, प्रॉव्हिडंट फंडाची वर्गणी वगैरे कपात करून, हाती नेमक्या येणाऱ्या रकमेच्या किमान एक-तृतियांश आणि कमाल निम्म्या रकमेपर्यंतच्या गृहकर्जाचा हप्ता निश्चित केला जातो. दोघांचे (पती-पत्नीचे) उत्पन्न एकत्रित करून कर्ज दिले असेल, तर उत्पन्नाच्या ३३ ते ४० टक्क्यांपर्यंत कर्जाच्या हप्त्यांची रक्कम निश्चित करण्याची पद्धत बऱ्याच बँका किंवा वित्तसंस्था अमलात आणतात.''

सईच्या एवढ्या सविस्तर बोलण्यामुळे सायलीने तिच्या मैत्रिणीला सईशी बोलून गृहकर्जाबाबत मार्गदर्शन घेण्याची मोबाईलवरून सूचना दिली.

■■■

कोटी रुपयांची भविष्यातील किंमत

चलनवाढीमुळे म्हणजेच महागाईच्या दरामुळे रुपयाच्या किमतीत घट होते. परिणामी, रुपयाच्या क्रयशक्तीत घट होते. क्रयशक्ती म्हणजे खरेदी करण्याची शक्ती (Purchasing Power). जेव्हा आपल्याला पंधरा-वीस-तीस वर्षांनी एक कोटी रुपये अपेक्षित असतात, त्या आधी त्या एक कोटी रुपयांची घसरलेली किंमत (Devaluation) लक्षात घेणे महत्त्वाचे ठरते!

''ताई, 'कौन बनेगा करोडपती' बघताना नेहमी मला वाटतं, की आपण कधी बनणार असे करोडपती?'' मानसीने वसुंधराताईंना विचारले.

''अगं, नशीब खुललं की न मागता मिळतं सगळं!'' ताई समजावणीच्या स्वरात बोलल्या.

''खरं आहे, ताई! नशिबात असलं तरच मिळणार! नसेल तर असलेले कोटी रुपयेही जातील!'' सायलीनेही री ओढली.

''वेड्यासारखं काय बोलता तुम्ही... नशिबाचा भाग सगळ्यात शेवटी असतो!'' सई वैतागून म्हणाली.

''कसं काय शेवटी म्हणतेस तू?'' मानसीने ताडकन प्रश्न विचारला.

''अगं मानसी, जेव्हा तुला वाटतं की 'केबीसी'मध्ये करोडपती व्हावं, त्यासाठी त्या हॉट सीटवर बसण्यासाठी प्रयत्न करावे लागतात. ते न करता कोट्यधीश होण्याची स्वप्नं कसली बघता?'' सई चांगलीच भडकली.

''ताई, केबीसी जाऊ दे, पण लॉटरी, शेअर मार्केट किंवा अन्य मार्गाने तरी कोट्यधीश व्हावं, असं आम्हांला वाटतं... सईला तुम्हीच सांगा!'' मानसीने वसुंधराताईंची ढाल केली.

''हे बघ मानसी, उगाच ताईंना मध्ये घेऊ नको. तुला हमखास करोडपती व्हायचं आहे का?'' सईच्या प्रश्नाला मानसीने गांगरून मानेनेच होकार दिला.

''आपल्या घरखर्चात आपण नेमकी बचत करून दरमहा दहा टक्क्यांनी घरखर्च कमी करू शकतो.'' सईला मध्येच थांबवत सायलीने विचारले, ''अगं, पण रोजची महागाईच एवढी वाढताना १० टक्के बचत करणं कठीण वाटतं मला!''

> चलनवाढीचा प्रति वर्ष सरासरी दर आपण ६ टक्के गृहीत धरला तर आजच्या एक कोटी रुपयांचे मूल्य ५ वर्षांनी ७४ लाख रुपये असेल, १५ वर्षांनंतर ४१ लाख रुपये, तर २० वर्षानंतर अवघे ३१ लाख रुपये असेल. ज्या वेळी १५-२० वर्षानंतर तुम्ही ५० लाख रुपये किंवा एक कोटी रुपये अपेक्षिता, त्या वेळची त्याची किंमत चलनवाढीचा दर लक्षात घेऊन कॅलक्युलेट केली पाहिजे. प्रत्यक्षात तुमच्याकडे एक कोटी रुपयांहून अधिकच रक्कम... तीसुद्धा किमान ३० ते ४० टक्के अधिक असेल तरच तुमचे कोटीचे उद्दिष्ट सार्थ ठरले, असे म्हणता येईल.

''ठीक आहे. तुझ्या महागाईचा (चलनवाढीचा) दर मी दर वर्षी १० टक्के धरते. आपल्या वार्षिक खर्चात दर वर्षी १० टक्के वाढ होणार... बरोबर?'' सईने म्हटले.

''हो!'' मानसी म्हणाली.

''समजा, तुम्ही दर महिन्याच्या खर्चात अगदी एक टक्का बचत केली, आणि ती बचत अगदी नऊ टक्क्यांनी दर वर्षी वृद्धी देणाऱ्या गुंतवणूक योजनेत किमान २० वर्षे गुंतवत गेलात तर किमान पावणेसहा लाख रुपये होतात.'' सईने गणितच मांडले.

''अगं, पण दरमहा एक टक्का बचत म्हणजे अंदाजे किती रुपये तू गृहीत धरलेस?'' मानसीने विचारले.

''दरमहा ४०० रुपयांची बचत केलीस आणि या रकमेतही दर वर्षी १० ते १२ टक्के वाढ करत गेल्यास २० वर्षात ९ टक्के उत्पन्न दराने पावणेसहा लाख रुपयांहून अधिक रक्कम होऊ शकते. दरमहा ४०० रुपयांच्या दहापट म्हणजे चार हजार रुपये जमा करू शकलात तर सांगितलेल्या गणितानुसार सुमारे ५८ लाख रुपये विसाव्या वर्षी जमतील.'' सईने विस्ताराने सांगितले.

''सई, मला नाही बाई एवढं जमणार!'' सायली म्हणाली.

''अगं, पण आपण एक कोटी मिळवायचेत ना?'' मानसीने कोटीचा हेका सोडला नाही.

''मानसी, तू चार हजार रुपयांऐवजी आठ हजार रुपये दरमहा टाकलेस की जमणार तुझे एक कोटी रुपये. पण तू एवढी कोटीच्या मागं धावत आहेस त्या एक कोटीची किंमत तेव्हा किती असेल, याचा विचार केला आहेस का?' सईने मानसीला विचारले.

''एक कोटी रुपयांची किंमत एक कोटीच रुपये असणार ना? अशी काय विचारते ही!'' मानसीचा निरागस प्रश्न.

''अगं, चलनवाढीमुळे म्हणजेच महागाईच्या दरामुळे रुपयाच्या किमतीत घट होते. परिणामी, रुपयाच्या क्रयशक्तीत घट होते. क्रयशक्ती म्हणजे खरेदी करण्याची शक्ती (Purchasing Power). आज तुला एक कोटी रुपये महत्त्वाचे वाटतात. कारण आजच्या एक कोटी रुपयांत तुला अपेक्षित असलेल्या वस्तू किंवा गरजा भागवू शकतीयेस. आणि त्यातून आपणाला आर्थिकदृष्ट्या संरक्षित झाल्याचं समाधानही मिळतं. पण जेव्हा तुला पंधरा-वीस-तीस वर्षांनी एक कोटी रुपये अपेक्षित असतात, त्या आधी त्या एक कोटी रुपयांची घसरलेली किंमत (Devaluation) लक्षात घेणं महत्त्वाचं ठरतं!'' यावर सायली-मानसीने एकदम विचारले, ''म्हणजे कसं?''

''समजा, चलनवाढीचा प्रति वर्ष सरासरी दर आपण ६ टक्के गृहीत धरला तर आजच्या एक कोटी रुपयांचे मूल्य ५ वर्षांनी ७४ लाख रुपये असेल, १५ वर्षांनंतर ४१ लाख रुपये, तर २० वर्षानंतर अवघे

३१ लाख रुपये असेल. ज्या वेळी १५-२० वर्षानंतर तुम्ही ५० लाख रुपये किंवा एक कोटी रुपये अपेक्षिता, त्या वेळची त्याची किंमत चलनवाढीचा दर लक्षात घेऊन कॅलक्युलेट केली पाहिजे. प्रत्यक्षात तुमच्याकडे एक कोटी रुपयांहून अधिकच रक्कम... तीसुद्धा किमान ३० ते ४० टक्के अधिक असेल तरच तुमचे कोटीचे उद्दिष्ट सार्थ ठरले, असे म्हणता येईल.'' सईने आकडेवारीने समजावले.

''अगं सई, आज आमचा घरखर्चच मुळी ३० हजार रुपये आहे. अजून १५-२० वर्षांनी या चलनवाढीमुळे किती होईल ना? बाप रे, कल्पनाच करवत नाही!'' वसुंधराताई म्हणाल्या.

''अहो ताई, अगदी ६ टक्के दराची सरासरी चलनवाढ आपण समजलो, तर हा ३० हजार रुपयांचा घरखर्च १५ वर्षांनंतर अंदाजे ७२ हजार रुपयांवर, तर २० वर्षांनंतर ९६ हजार रुपये म्हणजे लाख रुपयेच म्हणा की!'' सईने पटकन सांगितले.

''बाप रे! रिटायर झाल्यावर पटकन 'वर' गेलो तर ठीक; नाही तर आपलं काही खरं नाही!'' ताई अगदी निर्वाणीच्या भाषेत बोलल्या.

''ताई, अगदी 'वर' जाण्याचं बोलू नका हं! यासाठीच कोणतीही गुंतवणूक प्रदीर्घ काळासाठी करावी आणि चलनवाढीच्या दराची वाटचाल बघून गुंतवणुकीची दिशा निश्चित करावी!'' सई ताईंना जवळ घेत म्हणाली.

■■■

शेअर्समधली गुंतवणूक : भावनिक की व्यावहारिक?

शेअर्सच्या किंवा कर्जरोखे (डिबेंचर्स) बॉण्डच्या व्यवहारासाठी आता डिमॅट खाते अनिवार्य ठरले आहे. सर्व राष्ट्रीयीकृत बँका, शेड्युल्ड सहकारी बँका, खासगी तसेच परदेशी बँका आणि ब्रोकर्सकडे डिमॅट खाते उघडता येते. अनेक बँका ट्रेडिंगची सुविधा देऊ करतात. या डिमॅट खात्याद्वारे शेअर्सचे खरेदी-विक्री व्यवहार करणे सुलभ ठरते.

सई सर्व जणींना कॅडबरी वाटत होती.

''अगं सई, तुझा वाढदिवस हल्लीच झाला न!...''

''नवऱ्याचा वाढदिवस आहे का?''

''गोड बातमी...''

''अय्या! खरंच...? आमच्या लक्षातही नाही आलं?''

प्रत्येकाचे बोल ऐकत सई हसत-हसत म्हणाली, ''तुम्ही किती चौकटीत विचार करता.''

''अगं सई, कॅडबरी देण्याचं कारण सांग आता!''

''ऐका होऽऽ...'' सई जोरात ओरडते, ''मला काल शेअर्सच्या व्यवहारात पहिल्यांदाच पाचशे रुपये नफा झाला. म्हणून शंभर रुपयांच्या कॅडबरीज वाटल्या. मी खूपच एक्साईट झाले आहे.''

''सई, तुझ्यासारख्या हुशार मुलीने या सट्टेबाजारात खेळू नये...'' वसुंधराताईंचे वाक्य तोडत सई त्यांना म्हणाली, ''ताई, हा सट्टा नव्हता. मी नीट अभ्यास करून एका कंपनीचे दोनशे शेअर्स घेतले. एका आठवड्यात दर वाढला म्हणून नफा हातात घेतला.''

''माझा नवरा शेअर्समध्येच गुंतवणूक करत असतो.'' सायली म्हणाली.

''वसुंधराताई, तुम्ही पण खरं म्हणजे या आधीच शेअर्समध्ये उतरला असता तर करोडपती झाला असता.''

सईच्या या बोलण्यावर वसुंधराताई म्हणाल्या, ''शेअर्स म्हणजे जुगार असाच संस्कार आमच्यावर झालेला. त्यात घामाचे पैसे टाकण्याची जोखीम घेण्याची मानसिकता तेव्हा तर नव्हतीच; आणि आताही नाही.''

शेअर बाजाराला हृदय नसते. कोणत्याही प्रकारचा भावनिक निर्णय शेअर्सच्या व्यवहारात घ्यायचा नसतो. संपूर्णत: व्यावहारिक आणि तटस्थ राहूनच हे गुंतवणूक निर्णय घेणे इष्ट ठरते.

''ताई, तुम्ही फक्त डिमॅट अकाऊंट उघडा आणि मी सांगते ते शेअर्स घ्या!'' सईने त्यांना सुचवले.

''अगं सई, त्यांना आधी हे सांग, डिमॅट अकाऊंट कुठे उघडायचं? त्यात ट्रेडिंग कसं करायचं?'' सायली म्हणाली.

शेअर्सच्या किंवा कर्जरोखे (डिबेंचर्स) बॉण्डच्या व्यवहारासाठी आता डिमॅट खाते अनिवार्य ठरले आहे. सर्व राष्ट्रीयीकृत बँका, शेड्युल्ड सहकारी बँका, खासगी तसेच परदेशी बँका आणि ब्रोकर्सकडे डिमॅट खाते उघडता येते. अनेक बँका ट्रेडिंगची सुविधा देऊ करतात. या डिमॅट खात्याद्वारे शेअर्सचे खरेदी-विक्री व्यवहार करणे सुलभ ठरते.

शेअर्स व्यवहारांची जुजबी, पण आवश्यक माहिती घेऊन प्रारंभी छोट्या रकमेपासून सुरुवात करावी. शेअर्समध्ये गुंतवणूक करताना दोन प्रकाराने करावी. काही शेअर्सची खरेदी दीर्घ काळासाठी करून संपत्ती निर्माणाचे उद्दिष्ट ठेवावे; तर दुसऱ्या प्रकारात अल्पावधीतील नफ्याचे उद्दिष्ट गाठल्यास त्वरित नफा पदरात पाडून घेण्यासाठी काही शेअर्स खरेदी करावेत. अस्ताव्यस्त उत्पन्न दराचे उद्दिष्ट मनात बाळगू नये.

शेअर्स व्यवहारात सर्व शेअर्समध्ये नफाच होईल, या भ्रमात कधीच राहायचे नसते. एखादे वेळी तोटा होत असेल, तर तोटा मर्यादित करण्यासाठी 'स्टॉप लॉस'ची सुविधा 'डे ट्रेडिंग'मध्ये कायम घेतलेली असावी. ज्या कंपनीचे शेअर्स खरेदी करणार, किमान त्या कंपनीची आणि कंपनी ज्या क्षेत्रात कार्यरत आहे त्या क्षेत्राची आणि या क्षेत्रातील इतर कंपन्यांच्या असलेल्या स्पर्धेची माहिती असेल, तर नेमका गुंतवणूक निर्णय घेण्यासाठी उपयोग होतो.

शेअर बाजाराला हृदय नसते. कोणत्याही प्रकारचा भावनिक निर्णय शेअर्सच्या व्यवहारात घ्यायचा नसतो. संपूर्णतः व्यावहारिक आणि तटस्थ राहूनच हे गुंतवणूक निर्णय घेणे इष्ट ठरते.

नेमक्या कोणत्या कंपनीचे शेअर्स घ्यायचे हे लक्षात येत नसेल आणि दर आठवड्याला त्यांचा मागोवा घेणेही शक्य होत नसेल, तर शेअर बाजारांच्या निर्देशांकातील चांगल्या कंपन्यांचे शेअर्स खरेदी करून वाटचाल सुरू करावी. कोणत्याही एकाच क्षेत्रातील अनेक कंपन्यांत किंवा एकाच कंपनीत सर्व रक्कम न गुंतवता ती विखरून ठेवावी. Don't put all eggs in one basket. 'टीप'च्या मागे न धावता कंपनीची कामगिरी आणि भविष्यातील आडाखे लक्षात घेऊनच गुंतवणुकीसाठी निवड करावी. डिमॅट खात्याचे वार्षिक शुल्क ३५० ते ५०० रुपये द्यावे लागते. किमान हे शुल्क भरता येईल एवढा लाभांश आपल्या डिमॅट खात्यातील शेअर्सवर मिळवण्याचे उद्दिष्ट प्रथम ठेवावे. अल्प मुदतीच्या भांडवली नफ्यावर कर द्यावा लागेल म्हणून नफा न स्वीकारणे जोखमीचे ठरते. हा कर अवघ्या नफ्याच्या १५ टक्के आहे. या १५ टक्के कराला घाबरून ८५ टक्क्यांची 'लक्ष्मी' नाकारू नका. शेअर्समधील गुंतवणूक प्रदीर्घ अवधीत संपत्ती निर्माण करण्याबरोबरच चलनवाढीला उतारा ठरत आली आहे.

■■■

दणदणीत भाऊबीज

२००६मध्ये भारतात पहिल्यांदाच सोन्याचे एक्स्चेंज ट्रेडेड फंड युनिट्स आले. त्या दिवाळीच्या भाऊबीजेला भावाने मला अंदाजे १० हजार रुपयांचे गोल्ड ईटीएफचे दहा युनिट्स गिफ्ट दिले. एक ग्रॅमचे एक युनिट एक हजार रुपयांच्या दराने आले. आज याच एका युनिटची किंमत ३,७८० रुपयांहून अधिक आहे. तेरा वर्षांत या युनिट्सची किंमत पावणेचारपट झाली आहे. २००६पासून २०१०पर्यंत पाच वर्षांत माझ्या भावाने मला दर वर्षी शेअर्सच्या बरोबरीने गोल्ड ईटीएफचे कधी पाच, तर कधी दहा युनिट्स खरेदी करून गिफ्ट दिले आहेत. त्याच्या मते, तो मला १५-२० वर्षांत कोट्यधीश करणार आहे.

''मानसी, खूपच खुश दिसतेय!''

''खुश न व्हायला काय... पाडव्याला नवऱ्याचा खिसा खाली केला... काल भाऊबीजेला दोन्ही भावांकडून खंडणी घेतली असेल...''

''शिवाय, लाडकी लेक म्हणून आई-बाबांनीसुद्धा किडूकमिडुक दिलं असेलच.''

''ए बायांनो, किती बोलताय मला!' मानसी लटक्या रागात ओरडली.

''अगं, नेहमी तूच आम्हांला बोलतेस. म्हटलं आज तुला बोलून बघावं... अगदी तसंच!'' सईने हसत उत्तर दिले.

''मी असं बोलते?... मुळीच नाही! जीवाभावाच्या मैत्रिणी म्हणून बोलले तर राग आला तर उद्यापासून गाडीच बदलेन मी!'' मानसी खोट्या रागाचा आवेश आणत म्हणाली.

''जा! खुशाल बदल ट्रेन; पण त्यात वसुंधराताई नसणार... रोज टाईमपास खाणं आणणारी सायली नसणार... मग येशील परत!'' सईने तिला भडकवण्याचा प्रयत्न केला.

''सई, तुझ्या नवऱ्याने पाडव्याला तुला हवं ते दिलं नाही किंवा तुझ्या भावाने भाऊबीजेला टांग मारली म्हणून माझ्यावर राग काढू नकोस.'' मानसीने पलटवार केला.

तेवढ्यात वसुंधराताई मानसीला जवळ घेत म्हणाल्या, ''अगं, किती भोळी आहेस तू! तुला भडकवण्यासाठी सई-सायलीने प्रयत्न केला आहे!''

''सॉरी मानसी, जरा गंमत केली! रागावलीस का?'' सायलीने विचारले.

''छे! पण सई, तुला भाऊबीज काय मिळाली?'' मानसी मूळ पदावर आलीच.

''अगं, माझा भाऊ दर वर्षी मला कोणत्या ना कोणत्या कंपन्यांचे शेअर्स आणि थोडेसे गोल्ड ईटीएफचे युनिट्स भाऊबीजेनिमित्त गिफ्ट देतो.'' सई म्हणाली.

''अय्या! पहिल्यांदाच असं मी ऐकतेय.'' सायली म्हणाली.

''ही बहीण-भावंडं शेअरबाजारात पार बुडालेली आहेत वाटतं.'' वसुंधराताईंच्या या बोलण्यावर सई उत्तरली, ''ताई, बुडालेली नव्हे, व्यवस्थित सुरक्षितपणे तरंगतोय, अगदी मृत समुद्रात तरंगल्याप्रमाणेच!''

''कोणते शेअर्स गिफ्ट दिले गं!'' मानसीची उत्सुकता वाढली.

''माझा भाऊ २००३पासून खऱ्या अर्थाने कमवायला लागला. त्याच वर्षी त्याने मला हॉकिन्स कंपनीचे १०० शेअर्स गिफ्ट दिले आणि म्हणाला, 'ताई, किमान १० वर्षे हे शेअर्स विकू नकोस.''' सईला मध्येच थांबवत मानसीचा प्रश्न आलाच, ''पुढे काय झालं?''

''२००३मध्ये त्याने १८००-१९०० रुपयांना हॉकिन्सचे शंभर शेअर्स मला दिले होते. म्हणजे प्रत्येकी एका शेअरचा दर १८-१९ रुपये होता. आज २०१९मध्ये त्याचा शेअरचा दर ३,३३५च्या आसपास आहे. ३,३३५ गुणिले १०० शेअर्स केले तर शेअर्सची आजची किंमत ३ लाख ३३ हजार ५०० रुपये येते. माझ्या भावाने फक्त १८००-१९०० रुपये देऊन जे शेअर्स घेतले त्यांची आज मला अवघ्या नऊ वर्षांतच दोनशेपट किंमत मिळते आहे.'' सईला पुन्हा अडवत मानसीने विचारले, ''त्यावर आयकर बसणार ना?''

''आयकरमुक्त... सध्यातरी विकणार नसल्याने... आहे की नाही भाऊबीजेची मस्त भेट!'' सईने विचारले.

''छानच आहे ही भेट?'' मानसी म्हणाली.

''२००६मध्ये भारतात पहिल्यांदाच सोन्याचे एक्स्चेंज ट्रेडेड फंड युनिट्स आले. त्या दिवाळीच्या भाऊबीजेला भावाने मला अंदाजे १० हजार रुपयांचे गोल्ड ईटीएफचे दहा युनिट्स गिफ्ट दिले. एक ग्रॅमचे एक युनिट एक हजार रुपयांच्या दराने आले. आज याच एका युनिटची किंमत ३,७८० रुपयांहून अधिक आहे. तेरा वर्षांत या युनिट्सची किंमत पावणेचारपट झाली आहे. २००६पासून २०१०पर्यंत पाच वर्षांत माझ्या भावाने मला दर वर्षी शेअर्सच्या बरोबरीने गोल्ड ईटीएफचे कधी पाच, तर कधी दहा युनिट्स खरेदी करून गिफ्ट दिले आहेत. त्याच्या मते, तो मला १५-२० वर्षांत कोट्यधीश करणार आहे.'' यावर मानसी म्हणाली, ''आमच्या भावांना कसं हे सुचलं नाही?''

''कारण मोठ्या बहिणीने शेअर्सचं किंवा आर्थिक क्षेत्राचं नीट ज्ञानच मिळवलं नाही. ते भावंडांनासुद्धा मिळवायला सांगितलं नाही!'' सईने मानसीला बजावले.

''हो गं, खरं आहे तुझं म्हणणं! अशी भाऊबीज रिटर्न गिफ्ट बहिणीही भावाला करू शकतात!'' सईच्या या बोलण्यावर सर्व जणी एका सुरात ओरडल्या, ''अय्या! खरंच की!''

■■■

सुवर्णखरेदी : गोल्ड ईटीएफ की ई-गोल्ड ?

आपण जेव्हा सोने अलंकाराच्या स्वरूपात किंवा वळी-चिप्सच्या स्वरूपात घेतो, त्या वेळी स्थानिक ज्वेलर्स आणि जागतिक बाजारपेठेतील सोन्याच्या दरात तीन ते चार टक्क्यांचा फरक आढळतो. शिवाय, मूल्यवर्धित कर द्यावा लागतो. ब्रँडेड कंपन्यांचे सोने घेतले तर सर्व करांसह २० ते २२ टक्के दर अधिक लागतो. म्हणून सध्या बहुसंख्य मोठ्या सराफी दुकानात गोल्ड ईटीएफच्या बदल्यात धातू स्वरूपातील सोने तसेच अलंकार देण्याची सुविधा देऊ केली आहे.

''सायली, लग्नानंतरचा पहिला पाडवा ना? मग नवऱ्याला सोन्याचा नाहीतर हिऱ्याचा दागिना घ्यायला सांगायचं बरं!'' वसुंधराताईंनी पोक्त सल्ला दिला.

''पण मला नाही एवढी आवड... सोन्याच्या किंवा हिऱ्याच्या दागिन्यांची!'' सायली सहजपणे बोलून गेली.

''अगं, बाईच्या जन्माला येऊन शक्य असतानाही हौसमौज करणार नाहीस तू?''

''तसं नाही. आजच्या या असुरक्षित वातावरणात दागिने अंगावर घालून कुठे मिरवणार? चोरीची भीती आहेच!'' सायलीने त्यांना समजावायचा प्रयत्न केला.

''अगं, हेच दिवस असतात नवऱ्याकडून हौसमौज करून घ्यायचे... दागिने वसूल करायचे... एकदा का मुलं झाली, की वाढत्या खर्चाची कारणं पुढे यायला लागतात... माझं म्हातारीचं ऐक जरा!'' वसुंधराताई आपला हेका सोडत नव्हत्या. त्यांना बाकीच्या बायकांनीही साथ दिली आणि सायली चांगलीच हैराण झाली.

मोठा सुस्कारा टाकत ती म्हणाली, '' तशी मी दर महिन्याला थोडं सोनं खरेदी करते.''

सायलीचं बोलणं तोडत वसुंधराताईंसह सर्व जणी ओरडल्या, ''होऽऽ, आमचीसुद्धा सोनाराकडे भिशी आहे. दरमहा पाचशे-हजार रुपये जमा करतो.''

''मी सोन्याची खरेदी दरमहा डिमॅटमध्ये करते. त्यामुळे मला शुद्ध सोनं सोनारापेक्षा कमी किमतीला मिळतं. माझा नवरा तर कधी लहर आली की...''

''तर काय?'' सर्व जणी ओरडल्या.

सायलीला हसू फुटले. ''ई-गोल्ड आणि ई-सिल्व्हरचे युनिट्स त्याच्या डिमॅट अकाऊंटला घेतो!'' सर्वच जणी 'हा काय प्रकार आहे,' म्हणून सायलीला विचारू लागल्या.

'गोल्ड ईटीएफ युनिट्स' हे म्युच्युअल फंडाचे सोन्याचे एक्स्चेंज ट्रेडेड फंड युनिट्स असतात. या युनिट्सची शेअर बाजारात नोंदणी घेऊन त्याचे व्यवहार होतात. गोल्ड ईटीएफ युनिट हे एक ग्रॅम सोन्याएवढे असते. या युनिट्सची खरेदी-विक्री डिमॅट खात्यामार्फत शेअर दलालांकरवी करता येते. गोल्ड ईटीएफमधील सोने २४ कॅरेट्स शुद्धतेचे असते. आपण जेव्हा सोने अलंकाराच्या स्वरूपात किंवा वळी-चिप्सच्या स्वरूपात घेतो, त्या वेळी स्थानिक ज्वेलर्स आणि जागतिक बाजारपेठेतील सोन्याच्या दरात तीन ते चार टक्क्यांचा फरक आढळतो. शिवाय, मूल्यवर्धित कर द्यावा लागतो. ब्रँडेड कंपन्यांचे सोने घेतले तर सर्व करांसह २० ते २२ टक्के दर अधिक लागतो. गोल्ड ईटीएफचे युनिट्स विकून सध्या सोने न मिळता रक्कम स्वीकारावी लागत असली, तरी नजीकच्या काळात ताबेदारांची (कस्टोडिअन्स) संख्या वाढली की धातू स्वरूपातील सोने उपलब्ध होईल. सध्या बहुसंख्य मोठ्या सराफी दुकानात गोल्ड ईटीएफच्या बदल्यात धातू स्वरूपातील सोने तसेच अलंकार देण्याची सुविधा देऊ केली आहे.

कमोडिटी बाजारपेठेत केवळ गुंतवणुकीसाठी सोने घ्यायचे असेल, तर डिमॅट स्वरूपातील सोने योग्य ठरते. घरात सोने बाळगण्याच्या जोखमीपासून सुटका होते. कस्टोडिअनचे हाताळणी शुल्क वगैरे सर्व डिमॅट शुल्कात अंतर्भूत असतात. 'नॅशनल स्पॉट एक्स्चेंज'ने इलेक्ट्रॉनिक स्वरूपात सोने आणि चांदीमध्ये गुंतवणुकीची सुविधा उपलब्ध करून दिली आहे. सोन्याचे ई-गोल्डचे एक युनिट एक ग्रॅम सोन्याएवढे, तर चांदीचे ई-सिल्व्हरची शंभर युनिट्स १०० ग्रॅम चांदीएवढी असतात. सोन्याची शुद्धता ९९५ असून चांदीची शुद्धता ९९९ असते.

जेव्हा आपण ई-गोल्डच्या युनिट्सची विक्री करतो, त्या वेळी ८ ग्रॅम, १० ग्रॅम, १०० ग्रॅम आणि एक किलो या चार प्रकारच्या वजनात सोन्याची चिप किंवा बिस्किटे वापरता येतात. ई-गोल्डच्या युनिटसाठी ६० पैसे प्रति ग्रॅम प्रति महिना साठवणी शुल्क म्हणून कस्टोडिअन आकारतात.

जेव्हा आपण ई-सिल्व्हरच्या युनिटची विक्री करतो, त्या वेळी १०० ग्रॅम, एक किलो आणि पाच किलो या तीन प्रकारच्या वजनात चांदीच्या लगडी स्वीकारता येतात. ई-सिल्व्हरच्या युनिट्ससाठी कस्टोडिअन १.५ पैसे प्रति ग्रॅम प्रति महिना साठवणी शुल्क आकारतात. ई-गोल्ड आणि ई-सिल्व्हरच्या युनिट्सच्या खरेदी-विक्रीची वेळ सकाळी दहा ते रात्री अकरा वाजेपर्यंत असल्याने आपल्या सोयीने हे व्यवहार करता येतात.

■■■

ई-प्लॅटिनम : नवे गुंतवणूक साधन

ई-प्लॅटिनम म्हणजे डिमॅट खात्यातील प्लॅटिनमचे युनिट्स. प्लॅटिनमचे एक वजनाचे एक युनिट ९९९.५ शुद्धतेचे आहे. किमान एक युनिटपासून कमाल १००० युनिट्स (१००० ग्रॅम किंवा एक किलोपर्यंत) खरेदी करता येतात.

''अक्षय्य तृतीयेला किती किलो सोनं घेतलं?''

''नवऱ्याला किती रुपयांना खड्ड्यात घातलं?''

''अहो ताई, तुम्ही बिस्कीट घेतलं की लगडी?''

बायकांच्या एकमेकींच्या प्रश्नांना कोणीच धड उत्तर देत नव्हतं. 'सोनं किती महाग झालं'पासून सराफांची मजुरी केवढी महाग होतेय'पर्यंत चर्वितचर्वण चालू होते.

''अय्या, सई! तू एवढी शांत का?''

''तिने डिमॅटमध्ये गोल्ड ईटीएफ युनिट्स घेतले असणार... तिला आणि तिच्या नवऱ्याला त्याची चांगली माहिती आहे ना?'' वसुंधराताई मध्येच बोलल्या.

''पण सई, सांग ना, तू काय घेतलंस, दागिना की वळं?'' सायलीने उतावीळपणे विचारले.

''मी मुळात सोनंच घेतलं नाही. ना दागिने घेतले... ना ईटीएफ!'' सई उत्तरली.

''का गं? काही वाजलं का पतीराजांबरोबर, की...'' सायलीच्या तोंडावर हात ठेवत सई म्हणाली, ''किती संशय घेतेस. मला बोलायला देशील की नाही?''

''बरं बोल. मी गप्प बसते!'' सायली त्रासून म्हणाली.

सई सर्वांकडे नजर फिरवत सांगू लागली, ''ऐका गं सगळ्या जणींनो, मी अक्षय्य तृतीयेला सोन्याऐवजी प्लॅटिनम घेतलं!''

''काऽऽय! प्लॅटिनम?'' सर्व जणी ओरडल्या.

''हो! म्हटलं सोनं-चांदी नेहमीच घेतो. या वेळी नवरा म्हणाला, 'प्लॅटिनम इज गुड बेट दिस टाईम.' मलाही पटलं... सोन्याच्या आणि प्लॅटिनमच्या भावात प्रति ग्रॅम तीस-पस्तीस रुपयांचा फरक आहे.''

''अगं, पण प्लॅटिनमचे दागिने सोन्यासारखे थोडेच चकाकतात? शेवटी सोनं ते सोनंच!'' वसुंधराताई सईला म्हणाल्या.

''अहो ताई, मी थोडीच या प्लॅटिनमचे दागिने करणार आहे. मी तर गुंतवणूक म्हणून 'ई-प्लॅटिनम' घेतलंय!'' सईच्या बोलण्यावर 'ई-प्लॅटिनम म्हणजे काय?' हा प्रश्न एकमुखाने सईच्या कानांवर जोरात आदळला.

ई-प्लॅटिनम म्हणजे डिमॅट खात्यातील प्लॅटिनमचे युनिट्स. प्लॅटिनमचे एक ग्रॅम वजनाचे एक युनिट ९९९.५ शुद्धतेचे आहे. किमान एक युनिटपासून कमाल १००० युनिट्स (१००० ग्रॅम किंवा एक किलोपर्यंत) खरेदी करता येतात. सुरुवातीला ५ टक्के मार्जिन रक्कम भरून मागणी नोंदवता येते. बाजारभावात खूपच चढउतार असतील तर मात्र अतिरिक्त मार्जिन शुल्क भरावे लागते.

डिमॅट खात्यात जमा असलेल्या ई-प्लॅटिनमच्या युनिट्सच्या बदल्यात धातू स्वरूपात प्लॅटिनम घेण्याची सोय सध्या मुंबई, दिल्ली, अहमदाबाद, हैदराबाद आणि जयपूर इथेच आहे. ज्याप्रमाणे ई-गोल्ड, ई-सिल्व्हरचे व्यवहार नॅशनल स्पॉट एक्स्चेंजवर होतात, त्याच धर्तीवर ई-प्लॅटिनमचे व्यवहार नॅशनल स्पॉट एक्स्चेंजवर १७ एप्रिल २०१२पासून सुरू झाले आहेत. साठवणी शुल्क (storage charges) किंवा पोच शुल्क (delivery charges) ई-गोल्ड किंवा ई-सिल्व्हरमध्ये आकारले जाते, तसे शुल्क ई-प्लॅटिनमवर आकारले जात नाही. डिलिव्हरी हवी असेल तर उलाढाल शुल्क म्हणून प्रति लाख रुपयांस दहा रुपये आकारले जाते. प्रत्यक्ष पोच न घेता फक्त खरेदी-विक्रीचा व्यवहार केला जात असेल तर खरेदीदार व विक्रेत्या गुंतवणूकदार यांच्याकडून उलाढाल शुल्क म्हणून पाच रुपये प्रति लाख रुपयांच्या उलाढालीमागे आकारून दरमहा तत्त्वावर देय ठरतात.

सोमवार ते शुक्रवार (नॅशनल स्पॉट एक्स्चेंजचे सुट्टीचे दिवस वगळून) सकाळी दहा ते रात्री साडेअकरा वाजेपर्यंत ई-प्लॅटिनमचे व्यवहार करता येतात.

एकूण आयातीत ५५ टक्के प्लॅटिनमपैकी भारतामध्ये वाहन उद्योगात सर्वाधिक पेट्रोकेमिकल्समध्ये २५ टक्के व इलेक्ट्रॉनिक्स तसेच दंतोपचारात ५ टक्के प्लॅटिनम वापरले जाते. उर्वरित १५ टक्के प्लॅटिनम दागिन्यांसाठी वापरले जाते. गतवर्षीच्या तुलनेत प्लॅटिनम दागिन्यांची मागणी २० टक्क्यांनी वाढली आहे.

उच्चभ्रू आणि अत्युच्च श्रीमंत व्यक्तींमध्ये प्लॅटिनमच्या दागिन्यांची आसक्ती वाढीस लागली आहे. सोन्याची पिवळसर लकाकी या पांढऱ्या धातूला नसल्याने भले सर्वसामान्य जन प्लॅटिनमला जवळ करत नसतीलही; पण औद्योगिक क्षेत्रातील त्याचा वापर लक्षात घेता ई-प्लॅटिनममधील गुंतवणुकीस आगामी काळात मूल्यवृद्धीमुळे चांगलीच लकाकी आलेली असेल.

■■■

लखलख चंदेरी तेजाची...

हिऱ्याची वैशिष्ट्ये चार 'सी'मध्येच मोजली जातात : रंग (colour), स्पष्टता (clarity), पैलू (cuts) आणि वजनाचे परिमाण कॅरेट (carat). या चार वैशिष्ट्यांवरून प्रत्येक हिऱ्याची किंमत निश्चित होते.

सोनाली पेढे वाटत होती. ''काय गं विशेष?'' सर्वांनी एकदम विचारले.

हसत सोनाली म्हणाली, ''काल आमच्या लग्नाला दहा वर्षं पूर्ण झाली.''

'काँग्रेट्स...' 'अभिनंदन'च्या आरोळ्यांना आवर घालत वसुंधराताई सोनालीच्या गालाला चिमटा काढत म्हणाल्या, ''खरं सांग... नवऱ्याचा किती खिसा कापला?''

''अय्या! तुम्हांला कसं कळलं? सुदेश भेटला होता का?''

सोनालीच्या प्रश्नावर वसुंधराताई म्हणाल्या, ''अगं वेडे, तुझा चेहरा सांगतो आहे तुझी खुशी! सांग ना काय घेतलंस ते!''

सोनाली म्हणाली, ''काही नाही... एवढं हो!'' असं म्हणून गप्प राहणार एवढ्यात सायली तिच्यावर ओरडली, ''कशाला भाव खातेस... सोन्याचं घेतलंस की हिऱ्याचं?''

''तेच ना... तू थोडीच पंजाबी ड्रेसवर किंवा पैठणीवर भागवणार!''

''सुदेशला दहा वर्षांचा अनुभव गाठीशी असल्यानं तोपण तयारीतच असणार!''

''एवढ्या मोठ्या हुद्द्यावरच्या माणसाच्या बायकोनं काहीच मागू नये, हे म्हणजे अतीच होतं!''

सर्वांच्या कॉमेंट ऐकून सोनाली वैतागून म्हणाली, ''थांबा जरा... मला बोलू द्याल का?'' क्षणात शांतता निर्माण झाली.

''मी हिऱ्यांचा सेट बुक केला काल. पाडव्याला डिलिवरी घेणार.'' सोनालीच्या उत्तराने सर्व जणींच्या तोंडून आपसूकच 'वॉव!', 'छानच', 'काँग्रेट्स' असे उद्‌गार निघाले.

तेवढ्यात साठेबाई म्हणाल्या, ''अगं, एवढ्याशा पेढ्यावर आम्ही आनंद मानायचा का?''

''उद्या स्नॅक्स घेऊन येईन बरं! आज माझी सकाळी खूप घाई झाली.'' सोनालीने एका प्रश्नातून सुटका करून घेतली.

''सोनाली, एवढी मोठी गुंतवणूक करत आहेस, तर 'सर्टिफाईड' आहेत का हे हिऱ्यांचे दागिने?'' सायलीच्या प्रश्नावर सर्व जणी 'हे काय... कसलं सर्टिफिकेशन?' म्हणून ओरडल्या.

''अगं हो, सुदेशने ज्वेलरला पहिला प्रश्न हाच विचारला, तेव्हा त्याने बार कोडेड सर्टिफाईड 'टॅग' सुदेशला दाखवला. सुदेशने त्याला चार 'सी'विषयी विचारलं... सगळी माहिती घेतली गं!''

हिऱ्याची वैशिष्ट्ये चार 'सी'मध्येच मोजली जातात : रंग (colour), स्पष्टता (clarity), पैलू (cuts) आणि वजनाचे परिमाण कॅरेट (carat). या चार वैशिष्ट्यांवरून प्रत्येक हिऱ्याची किंमत निश्चित होते. खाणीतून काढलेला हिरा आकारहीन असल्यामुळे त्याला आकारात कापून शंकूसारखा आकार दिला जातो. त्यानंतर हिरा चकचकीत (पॉलिश) केला जातो. शेवटी प्रत्येक हिऱ्याला ५६ पैलू पाडले जातात. हिऱ्याला पैलू पाडताना ब्रिलियंट कट, रोझ कट, कुशन कट, बॅग्वेट किंवा मार्क्विझ कट इत्यादी पारंपरिक आकारात पैलू पाडले जातात. सध्या संगणकीकृत लेझर प्रक्रियेने फॅन्सी आकारातही पैलू पाडले जातात.

हिऱ्याचा आकार आणि कोन यांचा समन्वय साधून भौमितीय दृष्टीने पैलू पाडल्याने ते हिरे अधिक लखलखतात, असे मार्सेल टल्कोवस्कीने प्रथम १९१९मध्ये दर्शवले. हिऱ्याचा रंग स्वच्छ, सफेद असेल आणि त्यात एकही तडा (Flaw) नसेल तर इंग्लिश 'D' अक्षराने हे वैशिष्ट्य नोंदले जाते. 'D'पासून 'F'पर्यंतची सर्व अक्षरे हिऱ्याच्या स्वच्छ, सफेद रंगाची खात्री देतात. 'G' ते 'J' ही इंग्लिश अक्षरे रंगहीनता (colourless) स्पष्ट दर्शवतात. 'K, L, M' ही इंग्लिश अक्षरे फिकट पिवळसर, तर 'N' ते 'R'पर्यंतची अक्षरे अतिफिकट पिवळसर रंग दर्शवतात. 'S' ते 'Z' ही अक्षरे फिकट पिवळा रंग दर्शवतात. Z+ श्रेणी मात्र फॅन्सी रंगीत हिऱ्यांसाठी असते.

हिऱ्याची स्पष्टता (clarity) सहा प्रकारच्या वर्गवारीत असते. सर्वोत्कृष्ट स्पष्टता 'F' (म्हणजेच Flawless) अक्षरातून दर्शवली जाते. या श्रेणीच्या हिऱ्यात कुठेही तडा नसतो. 'I F' ही अक्षरे हिऱ्याच्या अंतर्भागात तडा नसून बाह्य भागावर तडा असल्याचे दर्शवतात. व्हीव्हीएस १ - व्हीव्हीएस २, व्हीएस १-व्हीएस २, एस ११ - एस १२ आणि ११-१२-१३ या चार वर्गवारी हिऱ्याची स्पष्टता किती अस्पष्ट आणि भेगांसहित आहे ते दर्शवतात.

प्रत्येक हिऱ्याचे वजन 'कॅरेट' या परिमाणात मोजले जाते (१ कॅरेट = १०० सेंट). 'कॅरेट' हा शब्द चॉकलेटला पर्यायी म्हणून वापरल्या जाणाऱ्या 'कॅरब' या बियांपासून आला आहे. 'कॅरब'ची प्रत्येक बी ही वजनात समान असते. या बीचे वजन आता ०.२ ग्रॅम प्रमाणित केले गेल्याने एक कॅरेट = ०.२ ग्रॅम असेही म्हणता येते. हिरा गुंतवणुकीसाठी घ्यायचा असेल तर किमान ५० सेंट वजनाचा घेणे योग्य ठरते. हिऱ्यातील गुंतवणूक भावनिक न ठरता व्यावहारिक ठरण्यासाठी 'इंटरनॅशनल जेमॉलॉजिकल लॅबोरेटरीज'च्या प्रमाणपत्रांना महत्त्व प्राप्त झाले आहे.

■■■

आता गुंतवणूक 'पॅलाडियम'मध्ये

प्लॅटिनमच्याच जातकुळीतील पांढऱ्या मौल्यवान धातूला 'पॅलाडियम' म्हणतात. प्लॅटिनमला पर्याय म्हणून दागिन्यांच्या निर्मितीसाठी 'पॅलाडियम'कडे बघितले जात असले तरीही त्याची औद्योगिक उपयुक्तता अधिक आहे.

''सई, हे व्हाईट मेटलचं काय गळ्यात घातलंस गं?''

''नवरा एवढा लाखात कमावतोय...''

''ही काय कमी कमावतेय का? शिवाय, शेअर्समधून कमावते ते वेगळंच!''

''अरेच्या! माझ्या गळ्यातील दागिन्याचा आणि माझ्या किंवा नवऱ्याच्या उत्पन्नाचा काय संबंध आहे? मला वेगळं वाटलं... थोडं 'ऑफ बिट' म्हणा हवं तर! म्हणून हे पेंडन्ट घातलं, तर लागलात कॉमेन्ट्स करायला!'' सईने एका दमात सर्वांना शांत केले.

''अगं बाई, तुझ्यासारखीने असं स्वस्तातलं घातलं म्हणून मलापण धक्काच बसला.'' वसुंधराताई सईला समजावत बोलू लागल्या.

''तुझ्यासारख्या चोखंदळ आणि चिकित्सक बाईने आजवर कधीच असं साधं कानातलंही घातलं नाही...'' वसुंधराताईंना थांबवत सई हसत बोलू लागली, ''ताई, खरंच तुम्ही किती साध्या आहात हो! बाकीच्या या सर्व जणीही तुमच्याच कॅटेगरीत या वेळी बसताहेत. पहिली गोष्ट हे पेंडन्ट आणि चेन व्हाईट मेटल कम इमिटेशन ज्वेलरीपैकी नाही.''

''काय? आम्हांला वाटलं...!'' मानसीला खुणेनेच गप्प बसवत सई म्हणाली, ''हे जवळजवळ सोन्याच्याच दागिन्याएवढ्या किमतीचं आहे. याला प्लॅटिनम म्हणतात.''

'''पेज थ्री'च्या पार्टीमध्ये म्हणे याच प्लॅटिनमच्या दागिन्यांच्या चर्चा होत असतात, असं नेहमी छापून येतं खरं!'' सायलीने आता तोंड उघडले.

''काय ते दागिने आणि कपडे... यांना कोण सांगणार?'' वसुंधराताई म्हणाल्या.

यावर सायली म्हणाली, ''अहो, ताई, यांना असलं काही सांगायचं नसतंच मुळी! आपण त्यांच्या व्यक्तिस्वातंत्र्यावर गदा आणायची नसते बरं!''

''आता माझं ऐकता का?'' सईने विचारले.

''हो गं बाई... बोल!'' मानसी म्हणाली.

''तुम्ही फक्त सोने-चादी आणि प्लॅटिनम यांचेच दागदागिने बघताहात... वापरसुद्धा करत आहात. प्लॅटिनम सध्या जरी अतिश्रीमंत लोकांमध्ये शोभत असला तरी लवकरच आपल्याकडेही तो येऊ लागला आहे.''

यावर मानसी म्हणाली, ''आपल्याकडे म्हणजे... आमच्याकडे नव्हे, फक्त तुझ्याकडे! हो की नाही हो?''

''मानसी, सईची उगाच सटकवू नकोस हं!' सायलीने इशारा केला.

''जाऊ दे गं, सायली! मी कुठे लक्ष देते तिच्या कमेंटकडे...,'' सई म्हणाली. ''पण तुम्हांला गंमत माहीत आहे का?... आपण प्लॅटिनमला नाकं मुरडतोय; पण प्लॅटिनमसारखाच अजून एक पांढरा धातू गुंतवणुकीसाठी जगाचं लक्ष वेधून घेतो आहे.''

''लोकांची पण कमाल आहे. पांढऱ्याफटक धातूच्या मागे काय लागतात... वेडेच आहेत.'' वसुंधराताई नाराजीने बोलल्या.

''अगं, त्या धातूला काय म्हणतात... ते तरी सांग।'' मानसी म्हणाली.

''कळलं! अगं, प्लॅटिनमच्याच जातकुळीतील या पांढऱ्या मौल्यवान धातूला 'पॅलाडियम' म्हणतात. प्लॅटिनमला पर्याय म्हणून दागिन्यांच्या निर्मितीसाठी 'पॅलाडियम'कडे बघितलं जात असलं तरीही त्याची औद्योगिक उपयुक्तता अधिक आहे.'' सई मन लावून माहिती सांगत असताना मानसीचा प्रश्न आला, ''औद्योगिक उपयुक्तता म्हणजे?''

''शाळेत जाऊन शीक आता... काय प्रश्न विचारते!'' सायली वैतागून म्हणाली.

''अगं, हा धातू वाहन उद्योगात, इलेक्ट्रॉनिक्स, डेंटिस्ट्री (दंतचिकित्सा) आणि रासायनिक प्रक्रिया यांमध्ये वापरला जातो. गंमत माहीत आहे का!... जे छोटे गुंतवणूकदार 'पॅलाडियम'मध्ये गुंतवणूक करतात, ते कॉईन म्हणजे नाण्याच्या स्वरूपात. या नाण्यांना 'पॅलाडियम बुलियन कॉईन' म्हणतात. त्याशिवाय बार किंवा वेफर्स या स्वरूपातही हा धातू उपलब्ध आहे. अमेरिका आणि युरोपातील काही देशांबरोबरच दक्षिण आफ्रिका व रशियामध्ये एक्स्चेंज ट्रेडेड फंड्स युनिट्सच्या स्वरूपात पॅलाडियम गुंतवणुकीसाठी उपलब्ध आहे. आपल्याकडे अजून चांदीतील गुंतवणुकीसाठी एक्स्चेंज ट्रेडेड फंड्स युनिट्सची निर्मिती झालेली नाही, तर प्लॅटिनम, पॅलाडियम ईटीएफ युनिट्स दूरच राहतात.''

''हे पॅलाडियम वजनाला जड असेल नाही?'' सायलीने विचारले.

''छे गं! प्लॅटिनमपेक्षाही हा धातू हलका आहे. येत्या दोन-तीन वर्षांत हा धातू भारतातही भक्कम पाय रोवणार आहे. गुंतवणुकीसाठी अजून एक पर्याय... तेसुद्धा किमान १५-२० टक्के उत्पन्न दर देणारा!'' सई म्हणाली.

''अगं, पण आत्ता या पॅलाडियमची किंमत काय आहे?'' सायलीने नेमका प्रश्न विचारला.

''ऑक्टोबर २०१९मध्ये प्रति औंस १४७० डॉलर्स (१ लाख १७ हजार ७२० रुपये अंदाजे) आहे. २०१३च्या जुलै महिन्यात हाच दर ५६५ डॉलर्स होता. यावरून अंदाज करता येतो भांडवली मूल्यवृद्धीचा (कॅपिटल व्हॅल्यू ॲप्रिसिएशन)!... अजून एक सांगायचं राहिलं!''

''सई, आता काय?' वसुंधराताईंनी विचारले.

''अहो, या प्लॅटिनमच्याच जातकुळीतील अजून चार धातू गुंतवणुकीसाठी म्हणून पुढे येत आहेत. ऱ्होडियम, इरिडियम, रुथोनियम व ओसियम अशी त्यांची नावं आहेत.'' सईच्या या माहितीने 'आ' करून बसलेल्या मानसीकडे बघत वसुंधराताई म्हणाल्या, 'ए... तोंड बंद कर, माशी जाईल!''

''सई, काय भन्नाट आहेत हे पर्याय... पण, खरंच लोक करतात अशी गुंतवणूक?'' मानसीच्या या प्रश्नावर सायली हसून म्हणाली, ''मानसी, उपड्या घड्यावर...''

सर्व जणी एकसुरात ओरडल्या, ''मानसी!''

■■■

जागो ग्राहक जागो... 'करन्सी फ्युचर्स'साठी

'करन्सी फ्युचर्स'मध्ये गुंतवणूक करून, परदेशी चलनदरातील वाढ-घटीची जोखीम नियोजित करता येते. अशा प्रकारच्या जोखीम नियोजनालाच 'हेजिंग' (Hedging) म्हणतात.

''सायली, तुझ्या लेकीची अमेरिका वारी नक्की झाली का?'' वसुंधराताईंनी विचारले.

''नाही हो! १०-१२ विद्यापीठांना तिनं शॉर्ट-लिस्ट केलं आहे. त्यांची माहिती काढली आहे. स्कॉलरशिपचीही माहिती गोळा केली आहे. पण काही म्हणा, या मुलांना परदेशात शिक्षणासाठी पाठवायचं तर किमान १५-२० लाख रुपये हवेतच!''

''अगं, तुम्ही थोडी तरी तयारी केली होती. ज्यांची मुलं हुशार आहेत, पण आर्थिक बाजू तोकडी पडत असेल, त्यांची हालत काय असेल ना?'' मानसी म्हणाली.

''मानसी, आमची तयारीही तोकडी पडत आहे. जेमतेम १० लाख रुपये जमवू शकलो आहोत. बाकीचे १० लाख रुपये आता बँकेकडून शैक्षणिक कर्ज म्हणून घेणार!'' सायली म्हणाली.

''सायली, सगळ्यात आधी डॉलर्सकडे लक्ष ठेव. डॉलर रुपयाच्या तुलनेत अजून महाग झाला तर फटका बसेल.'' सईने वेगळाच मुद्दा चर्चेत आणला.

''अगं सई, तिला अजून ॲडमिशन मिळायची आहे. त्यानंतर व्हिसा वगैरे सर्व झाल्यानंतर डॉलर्स लागणार ना?'' वसुंधराताई सहज बोलून गेल्या.

''हो ना... अजून किमान चार-पाच महिने आहेत तिला जायला!'' सायलीने वसुंधराताईंची री ओढली.

''अगं सायली, चार-पाच महिन्यांनी डॉलरचा भाव किती असणार, ते आता कोणीच सांगू शकत नाही. पण, आता ७०-७१ रुपये असलेला एका डॉलरचा भाव कदाचित ६७-६८ रुपयेही होईल किंवा ७४-७५ रुपयेपण झालेला असेल. त्यामुळे अशा वेळी 'करन्सी फ्युचर्स'मध्ये गुंतवणूक करून, परदेशी चलनदरातील वाढ-घटीची जोखीम नियोजित करता येते. अशा प्रकारच्या जोखीम नियोजनालाच 'हेजिंग' (Hedging) म्हणतात.

ही माहिती ऐकून सायलीने विचारले, ''तू करशील का माझ्या लेकीसाठी हे हेजिंग का फेजिंग?''

''अगं, मी कशाला हवी त्यासाठी, सायली? लक्षात ठेव, पैसे तुमचे आहेत, जपण्याची जबाबदारी कधीच दुसऱ्यावर सोपवायची नसते. तुला कळणार नाही, असं तुलाच वाटत असेल, तर तुझ्या नवऱ्याला सांग! बँकेत नोकरीला आहे ना... त्यांना कदाचित पटकन समजतील हे करन्सी फ्युचर्सचे व्यवहार!'' सईने सायलीला सांगितले.

''आम्हांला यातली काहीच माहिती नाही म्हणून तुला म्हटलं मी...! आता मैत्रिणीला 'नाहीच' म्हणायचं, असं तुझं तत्त्व...' सायलीला थांबवत सई हसत म्हणाली, ''वेडे... तसं नाही. त्यासाठी डिमॅट खातं हवं... ट्रेडिंग करताना नेमकी किती रक्कम खात्यात शिल्लक आहे ते बघायचं... आणि दुसरं म्हणजे करन्सी मार्केट संपूर्ण जगात २४ तास सुरू असतं. तेवढा वेळ मी देऊ शकणार नाही.''

''सई, यात भरपूर अस्थिरता (volatility) असणार ना?' मानसीचा प्रश्न आलाच.

''परदेशी चलनाचं हे फॉरेक्स मार्केट तेवढं अस्थिर नाही, गुंतागुंतीचं मात्र नक्की आहे. जेव्हा वाटतं, की एखाद्या परदेशी चलनाच्या तुलनेत भारतीय रुपया घसरणार आहे, अशा वेळी त्या परदेशी चलनाचं कॉन्ट्रॅक्ट खरेदी करायचं! पण ज्या वेळी भारतीय रुपया परदेशी चलनांच्या तुलनेत वधारेल, त्या वेळी हे कॉन्ट्रॅक्ट विकायचं! सर्वसाधारणपणे या बाजारातील ट्रेडर चार जोड्यांमध्ये व्यवहार करतात. डॉलर-रुपया, युरो-रुपया, पौंड-रुपया व येन-रुपया असे हे चार गट आहेत. कमीत कमी एक हजार डॉलर, एक हजार युरो, एक हजार पौंड व एक हजार येन असे हे चार कॉन्ट्रॅक्टचे आकार असतात. किमान 'टिक साईज' (Tick Size) यालाच बाजारभावात होणारे बदल किंवा हालचाल म्हणतात. किमान टिक साईज २५ पैसे आहे. कॉन्ट्रॅक्टचा अवधी जास्तीत जास्त १२ महिन्यांचा असतो. या कॉन्ट्रॅक्टची सौदापूर्ती भारतीय रिझर्व्ह बँकेने शेवटच्या व्यवहारादिवशी घोषित केलेल्या संदर्भ दरावर (रेफरन्स रेट) अवलंबून असते.''

''सई, केवढी ग माहिती आहे तुला! तू रोज करतेस का हे व्यवहार!'' मानसीची प्रश्न आलाच.

''अगं नाही! पण एखादी गोष्ट माहीत करून घेतली तर तिचा आपल्याला नाही, पण दुसऱ्याला तरी उपयोग होईल ना? खरं सांगू का, या करन्सी फ्युचर्समधील गुंतवणुकीचा अवधी एक वर्षापर्यंत ठेवला, तरच यात चांगला नफा होण्याची शक्यता असते. परंतु, रोज सकाळी, दुपारी व रात्री आपण जी जोडी (उदाहरणार्थ, डॉलर-रुपया) निवडली असेल, त्यांच्या दरांकडे लक्ष ठेवणं हिताचं ठरतं! डॉलर-रुपयाच्या जोडीचा विचार केला, तर जास्तीत जास्त ४०-४५ पैसे इतकाच फरक दिवसभरात प्रति डॉलर आढळतो. पण काही धोरणं, रिझर्व्ह बँकेची पतधोरणं, आयात-निर्यातीतील धोरणं व व्यवहार, आणि चलनवाढीचा दर या घटकांचा या करन्सी डेरिव्हेटिव्हसारख्या माध्यमावर त्वरित परिणाम होत असतो. शिवाय, आंतरराष्ट्रीय आर्थिक-राजकीय घडामोडीही या चलनांच्या बाजारपेठेवर परिणाम करत असतात. या करन्सी फ्युचर्सचा उपयोग ग्राहक म्हणून करायचा की ट्रेडर म्हणून, ते आधी निश्चित केलं, तरच या साधनाची निर्मिती सार्थ ठरते. अन्यथा, हे व्यवहारही दुर्दैवानं सट्ट्याचे ठरतात.''

''सई, म्हणजे माझ्या लेकीसाठी अमेरिकेला शिक्षणासाठी लागणाऱ्या डॉलर्सची तजवीज अशी केली, तर मी 'ग्राहक' ठरणार ना?'' सायलीच्या प्रश्नावर सई हसून 'हो!' म्हणाली.

''हे तुझं सांगणं म्हणजे 'जागो ग्राहक जागो' डॉलरसाठी...'' वसुंधराताईंनी हसून साथ दिली.

''हो ना! २४ तास आणि ३६५ दिवस जागे राहा!' मानसी हसत म्हणाली.

■■■

'करमुक्त' शेतकरी होण्याचे धाडस

आयकर कलम १० (१) अन्वये करमुक्त उत्पन्नासाठी नांगरणी-पेरणीसारखी कृती करून येणारे उत्पन्न, शेतमालाला प्रक्रिया करून विकण्यायोग्य करण्याच्या कृतीद्वारे मिळणारे उत्पन्न, शेतघराचे उत्पन्न आणि नर्सरीतील रोपांपासून किंवा बियांपासून मिळालेले उत्पन्न यांचा समावेश असतो. जाहिरातींना भुलून मोठाल्या अकृषक (Non-agriculture) जमिनी घेणारे त्या जमिनीवरील बागायती किंवा शेती उत्पन्न 'करमुक्त' ठरवू शकत नाहीत

''ए सरोज, झाली का वर्षा सहल?''

''अगं मानसी, वर्षा सहल नव्हे, सेकंड हनिमून असणार! हो की नाही, सरोज?'

''एवढी खुशीत म्हणजे... प्रेमाचा वर्षावच केलेला दिसतोय तुझ्या नवऱ्याने!''

''ए, धबधबा म्हणा की!''

''झालं बोलून?'', सरोजने कंटाळून तोंड उघडलं, ''नाही म्हणजे अजून टोमणे किंवा कल्पनांचे आविष्कार सादर करणार आहात की मी काही सांगू?''

''अगं तीन-चार दिवस नव्हतीस... त्यातून आंबा घाटात... ऐन पावसाळ्यात... तेसुद्धा तुम्ही दोघंच गेलात म्हणून विचारलं.'' वसुंधराताई प्रेमाने सरोजला थोपटत बोलल्या.

''आम्हांला वाटलं, तिथून पावनखिंडीत जाऊन बाजीप्रेमाचं स्मरण केलं. हो की नाही, ताई!' मानसीच्या या बोलण्यावर मोठा हशाच पिकला.

''आम्ही शेतजमीन बघायला गेलो होतो.'' सरोज शांत स्वरात डोळे मिटून बोलली.

''अगं बाई, शेतजमीन बघायला एवढं लांब?''

सायलीच्या प्रश्नाला तिथेच थांबवत सरोज म्हणाली, ''सायली, नुसतं बघायला नाही गं! विकत घेण्याच्या दृष्टीने बघायला... कागदपत्रं तपासायला गेलो होतो.''

''फार्महाउस बांधणार का... पोस्ट रिटायरमेन्ट लाईफसाठी?'' सईने विचारले.

''नाही गं, तसं नाही. माझ्या नवऱ्याला शेतीचं जबरदस्त आकर्षण आहे. त्याला नोकरी सोडून व्यावसायिकदृष्ट्या शेती करायला जायचं आहे. गेली दहा-पंधरा वर्षं तो प्लॅनिंग करतो आहे त्यासाठी.

आता संधी मिळत आहे म्हणून शेती बघायला गेलो. अजून दोन-तीन ठिकाणी जाऊन प्रत्यक्ष बघणार... मगच निर्णय घेणार!''

''अय्या! म्हणजे तुम्ही शेतकरी होणार!'' मानसी जोरात ओरडली, ''हल्ली जाहिरातीत सांगतात ना...''

''वा! खूप छान कल्पना आहे! करमुक्त उत्पन्न कमावण्याबरोबरच स्वच्छ हवेत प्रदूषणमुक्त निसर्गाबरोबर राहायचं! चंगळ होईल सरोज तुझी!'' सायली म्हणाली.

''सायली, सर्वच शेतकऱ्यांचं उत्पन्न करमुक्त नसतं बरं! करमुक्त उत्पन्नासाठी म्हणून शेतीकडे बघत असाल, तर आधी तुम्ही स्वत: शेतकरी आहात का? म्हणजे शेतीचा सातबारा उतारा तुमच्या नावे असणं आणि त्यात पिकांचा उल्लेख असणं महत्त्वाचं ठरतं!'' सईने विस्ताराने सांगितलं.

''अगं सई, माझ्या सासुरवाडीचे सर्वच शेतकरी आहेत. पण जमीन कमी, हिस्से जास्त. वाटणीसाठी जावं तर मारामारीपर्यंत वेळ येईल की काय, अशी भीती वाटते. म्हणून सासऱ्यांनी माझ्या नवऱ्याला आणि दीराला वेगळी जमीन घेऊन आधुनिक पद्धतीने शेती करण्याचा सल्ला दिला. म्हणून सध्या आमचं कृषी पर्यटन चालू आहे.'' सरोज म्हणाली.

''अगं सरोज, सुरुवातीला जुजबी शेती करून कृषी पर्यटनाची जोड दिली तर पैसे कमावता येतीलच आणि बाकीची शेतीही विकसित करता येईल.'' सईने सुचवले.

''चारही बाजूने टॅक्स फ्री इन्कम कमावणार तर आमची कारभारीण... काय गं, सरोज!'' मानसी सहज बोलून गेली.

''अगं मानसी, सरोजला एवढं सोपं नाही टॅक्स फ्री उत्पन्न शेतीतून घ्यायला! त्यासाठी आयकर कायद्याने अटी-बंधने घातलेली आहेत. आपण सरसकट ज्याला शेती उत्पन्न म्हणतो त्यामध्ये बागायती, पशुपालन, दुग्धउत्पादन गृहीत धरतो. पण आयकर कलम १० (१) अन्वये करमुक्त उत्पन्नासाठी जेव्हा नांगरणी-पेरणीसारखी कृती करून येणारे उत्पन्न, शेतमालाला प्रक्रिया करून विकण्यायोग्य करण्याच्या कृतीद्वारे मिळणारं उत्पन्न, शेतघराचं उत्पन्न आणि नर्सरीतील रोपांपासून किंवा बियांपासून मिळालेलं उत्पन्न यांचा समावेश असतो. जाहिरातींना भुलून मोठाल्या अकृषक (Non-agriculture) जमिनी घेणारे त्या जमिनीवरील बागायती किंवा शेती उत्पन्न जसं 'करमुक्त' ठरवू शकत नाहीत, तसेच शेतघराची असलेली शेतजमीन स्वत: शेतकऱ्याने किंवा त्याने नेमलेल्या माणसांनी कसली पाहिजे. आणि हो, ते शेतघर प्रत्यक्ष वापरात असलं पाहिजे....'' एवढं बोलून सई थांबली.

तशी सायलीने विचारले, ''अगं, पण वर्तमानपत्रातील जाहिरातीत काही वेळा करमुक्त शेती उत्पन्न घ्या, म्हणतात ते...''

सायलीला थांबवत सई म्हणाली, ''ते तुमच्यासारख्या शहरी लोकांना 'पागोटे...' दुसरं काय?''

''पागोटे म्हणजे...?'', न कळून सरोजने विचारले.

''अगं, टोपीचं पागोटं केलं. निदान शेतीमध्ये गुंतवणूक करायची आहे किंवा स्वत: शेती करून कृषी उत्पादनं घ्यायची आहेत, तर पहिली गरज म्हणजे तुमच्याकडे सातबारा उतारा तुमच्या नावे असणं आणि त्यात जमीन कसणारा म्हणून नाव असणं... कळलं? बाकीच्या अटी नंतर येतात. शेतकरी नसलेल्यांसाठी शेतकरी बनणं खूपच क्लिष्ट आणि म्हटलं तर अशक्यच बाब बनू शकते. त्यामुळे करमुक्त उत्पन्नाच्या प्रेमापोटी नको ते धाडस मनस्ताप देईल.''

■■■

'गिफ्ट' घेताय? बक्षीस-कराराचं बघा!

अचल मालमत्ता (इम्मूव्हेबल प्रॉपर्टी) भेट म्हणून देताना 'गिफ्ट डीड' (बक्षीस करार) करावा लागतो. या बक्षीस कराराची नोंदणी करताना मुद्रांक शुल्क (स्टॅम्प ड्युटी) भरावे लागते.

''काय ताई, आज वेगळ्या मूडमध्ये दिसताय!''

''मिस्टरांकडून 'लाभ' झाला वाटतं!''

''वसुंधराताई, काही म्हणा... आज तुम्ही वेगळ्याच दिसताय... वाटताय!''

''एऽ बायांनो, म्हातारीची चेष्टा करायला लाज नाही वाटत!'', वसुंधराताईंना मध्येच थांबवत मानसीने सगळ्यांना विचारले, ''तुम्ही ताईंना म्हातारी म्हणणार आहात का?''

''मुळीच नाही!'' सर्व जणी जोरात खिदळल्या.

''सई, आज तुम्ही सर्व जणी माझी मस्करी करताय... पण दोन महिन्यांनंतर तुमची मजा करते की नाही बघा!''

यावर सईने विचारले, ''काय झालं?''

''काही नाही!'' वसुंधराताई ट्रेनच्या खिडकीतून धावणारी झाडं बघत गालातल्या गालात हसल्या.

''ताई, 'प्लीज' सांगा ना!'' सईच्या प्लीजवर ताई विरघळल्याच.

''मला माझ्या मावशीकडून पुण्यातील तीन खोल्यांचा फ्लॅट गिफ्ट म्हणून मिळतो आहे. माझ्या मावशीला मूलबाळ नाही. दोन वर्षांपूर्वी तिचे मिस्टरही गेले. तिनं कोणाकडेही न जाता वृद्धाश्रमात जाण्याचं निश्चित केलं. लहानपणापासून तिचा माझ्यावर जीव होता... अजूनही आहे. स्वतः नोकरी करून हा फ्लॅट तिनंच घेतला होता.'' वसुंधराताईंना मध्येच थांबवत मानसीने विचारले, ''ताई, आपण आपली पिकनिक कम पार्टी त्या फ्लॅटमध्ये करू या की!''

''अगं, आधी सर्व सोपस्कार तर पुरे होऊ देत.'' वसुंधराताईंनी तिला समजावले.

''अगं मानसी, जेव्हा अशी अचल मालमत्ता (इम्मूव्हेबल प्रॉपर्टी) भेट म्हणून देताना 'गिफ्ट डीड' (बक्षीस करार) करावा लागतो. या बक्षीस कराराची नोंदणी करताना मुद्रांक शुल्क (स्टॅम्प ड्युटी) भरावं लागतं. महाराष्ट्रात मालमत्ता असेल तर महाराष्ट्र राज्याच्या मुद्रांक शुल्काच्या दरानुसार हे शुल्क द्यावं लागतं.

प्रत्येक राज्यातील हे दर वेगवेगळे असून ते मालमत्तेच्या विद्यमान बाजारभावाशी निगडित असतात.'' सईने सविस्तर सांगितले.

''सई, माझ्या मावशीला किती पडेल गं हे मुद्रांक शुल्क?'' वसुंधराताईंनी शंका विचारली.

''मालमत्तेच्या बाजारमूल्याच्या किमान एक टक्क्यापासून सहा टक्क्यांपर्यंत हे मुद्रांक शुल्क भरावं लागेल. पण इतर चल संपत्तीच्या (मूव्हेबल प्रॉपर्टीज) म्हणजे दागदागिने, वाहन इत्यादींच्या बाबतीत हेच मुद्रांक शुल्क देय नाही. हां! पण शेअर्स असतील आणि तेसुद्धा डिमॅट खात्यात, तर मुद्रांक शुल्कही भरावं लागत नाही. प्रमाणपत्रांच्या स्वरूपातील शेअर्सच्या बाबतीत मात्र अवघी पाव टक्का स्टॅम्प ड्युटी भरावी लागते.'' सईने नीट समाजवून सांगितले.

''सई, पण मला या भेटीवर कर भरावा लागणार ना? काही जण म्हणतात, जवळच्या नातेवाइकांकडून बक्षीस म्हणून मिळालं तर कर द्यावा लागत नाही!'' वसुंधराताईंनी सईला विचारले.

''हे बघा, तुमचे पती किंवा पत्नी किंवा त्यांची भावंडं व त्या भावंडांचे पती किंवा पत्नी... तसेच सख्खे मामा, मावशी, काका, आत्या यांच्याकडून किंवा हिंदू अविभक्त कुटुंबाचा सदस्य म्हणून मिळालेली भेट बक्षिसी करपात्र ठरत नाही. अन्य कोणत्याही नातेवाइकांकडून किंवा तिऱ्हाईत व्यक्तीकडून मिळालेली सर्व प्रकारची (अचल किंवा चल) संपत्ती करपात्र ठरते. अचल संपत्तीवर अशा वेळी किमान एक टक्का ते आठ टक्के मुद्रांक शुल्क गिफ्ट डीडसाठी भरावं लागतं. तरीही, याबाबत चार्टर्ड अकाउंटंटचा सल्ला उपयोगी पडतो.''

''सई, हे कर वाचवता येत नाहीत का?'' मानसीचा वेगळा प्रश्न अवतरलाच.

''काही वेळा नामांकन करून (नॉमिनेशन), तर काही वेळा मृत्युपत्र करून, ज्या व्यक्तीला भेट द्यायची आहे त्या व्यक्तीचं नाव वारस म्हणून किंवा लाभार्थी म्हणून द्यावं. परंतु याचा लाभ त्या व्यक्तीच्या मृत्यूनंतरच घेता येईल. मृत्युपत्र अमलात आणण्यासाठी न्यायालयातून 'प्रोबेट' (मृत्युपत्राच्या सत्यतेचा दाखला) आणावं लागेल. मग कराचा प्रश्न येत नाही.'' सई म्हणाली.

यावर वसुंधराताई म्हणाल्या, ''कर वाचवण्यासाठी आपल्याला प्रेमानं भेट देणाऱ्या व्यक्तीच्या मृत्यूची वाट पाहण्याची कल्पनाच सहन होत नाही.''

''अहो ताई, मानसीच्या प्रश्नाला मी उत्तर दिलं होतं. मानसीचे प्रश्न कसे असतात ते मी सांगायला हवं का?'' सई ताईंना समजावत म्हणाली.

''पण एक कळलं, कोणतीही मौल्यवान वस्तू किंवा वास्तू-जमीन यांची भेट देताना किंवा घेताना 'बक्षीस करार' (गिफ्ट डीड) महत्त्वाचा ठरतो. या करारावर मुद्रांक शुल्क द्यावं लागतं.'' ताईंच्या या बोलण्यावर सई हसत म्हणाली, ''बरोबर!''

■■■

डाकीया बीमा लाया

कमीत कमी हप्त्यात जास्तीत जास्त विमा संरक्षण स्वीकारताना बोनसचाही लाभ मिळवायचा असेल तर हयातीचा विमा किंवा एन्डोमेन्ट प्रकारातील विमा घ्यवा. त्यावर तीन-चार वर्षांनंतर गरज भासली तर कर्जाची सोयही आहे. तीन-चार वर्षे हप्ते भरलेले असतील तर सोड-किंमत (सरेंडर व्हॅल्यू) घेण्याची सुविधा आहे.

''ए सई, मला आयुर्विम्याची एखादी योजना सांग. ज्यात विमा संरक्षणाबरोबरच मस्त गुंतवणूक ठरेल.'' सायली म्हणाली.

''अगं, तुझ्या आहेत ना एक-दोन पॉलिसीज... तरीही...? म्हणजे पैसे जास्त झालेत वाटतं!'' मानसीने नेहमीप्रमाणे वेगळी कमेन्ट केली.

''मानसी, तुझ्या या कमेन्टवर मी ऑब्जेक्शन घेते हं!'' सई हसतच म्हणाली.

''घे! पण माझा मुद्दा चुकीचा आहे का?'' मानसीने विचारले.

''वाढत्या उत्पन्नाबरोबरच आणि वाढत्या जोखमी लक्षात घेऊन आयुर्विमा संरक्षण स्वीकारणं अधिक योग्य ठरतं. मुळातच आयुर्विम्याकडे गुंतवणूक म्हणून बघूच नये!'' सई म्हणाली.

''ए, मला मात्र नुसते विमा संरक्षण नको हं! कारण मी आधीच टर्म इन्शुरन्स उतरवलेत मोठ्या रकमेचे! पण...' सायलीला मध्येच थांबवत मानसीने विचारले, ''पण काय? हप्ता भारी पडतो की...!'' मानसीला गप्प करत सायलीने सईला विचारले, ''तू सांग गं मला... या बयेच्या शंका-प्रश्नांना कधीच अंत नसतो!''

''सायली, अगं तू तर सार्वजनिक क्षेत्रातील बँकेत काम करतेस. त्यामुळे एक प्रकारची सरकारी कर्मचारी आहेस. तुमच्यासाठी पोस्टल लाईफ इन्शुरन्सची मोठी पर्वणी आहे!'' यावर वसुंधराताई सईला म्हणाल्या, ''ए बाई, मीही सरकारी कर्मचारी आहे. मग मलाही हा पोस्टल आयुर्विमा घेता येईल का?''

''नाही,'' सई जोरात म्हणाली.

''ताईंना का नाही ही योजना घेता येणार?'' सायलीने विचारले.

''अगं, ही योजना फक्त १९ ते ५५ वर्षं वयोगटातील व्यक्तींसाठी आहे. ताईंचं वय ५५हून अधिक आहे.'' सई उत्तरली.

''इतकी वर्षं आपण भेटतोय, बोलतोय; पण हा विषय नेमका आत्ताच यावा! असो! मी आता माझ्या तरुण सहकाऱ्यांना तरी सुचवेन. पण सई, विम्याची रक्कम जास्तीत जास्त किती उतरवता येते?'' ताईच्या प्रश्नाने सई तंद्रीतून जागी होत म्हणाली, ''कमीत कमी २० हजार रुपयांपासून ते २० लाख रुपयांपर्यंत उतरवता येईल. दरमहा पगारातून किंवा पोस्ट ऑफिसमध्ये किंवा ऑनलाईन विमा हप्ता भरण्याची सोय आहे. सहा प्रकारच्या योजना पोस्टल आयुर्विम्यामध्ये उपलब्ध आहेत : मुलांसाठी, पती-पत्नीसाठी संयुक्त नावे, एन्डोमेन्ट, संपूर्ण हयातीची (whole Life), परिवर्तनीय हयातीची आणि मनीबॅक विमा योजना. अहो ताई, गेल्या १३६ वर्षांपासून हा पोस्टल विमा राज्य-केंद्र सरकारी कर्मचाऱ्यांसाठी, सार्वजनिक क्षेत्रातील कंपन्या, बँका आणि विद्यापीठातील कर्मचाऱ्यांसाठी देशभरातील दीड लाखांहून अधिक पोस्ट ऑफिसमध्ये उपलब्ध आहे. याचे आजवरचे वैशिष्ट्य म्हणजे कमीत कमी विमा हप्त्याचे प्रमाण आणि जास्तीत जास्त मिळणारा बोनसचा लाभ!''

''सई, मी कुठली योजना घ्यावी असं तुला वाटतं?'' सायलीचा प्रश्न आला.

''हे बघ, कमीत कमी हप्त्यात जास्तीत जास्त विमा संरक्षण स्वीकारताना बोनसचाही लाभ मिळवायचा असेल तर हयातीचा विमा किंवा एन्डोमेन्ट प्रकारातील घे. अगदीच शक्य नसले तर तीन-चार वर्षं हप्ते भरलेले असतील तर सोड-किंमत (सरेंडर व्हॅल्यू) घेण्याची सुविधा आहे.'' सईने सविस्तर सांगितले.

''फार लोकांनी या योजना घेतलेल्या नसतील ना?'' मानसीची आगळीवेगळी शंका येतेच.

''ए वेडाबाई, आजच्या घडीला पोस्टल आयुर्विम्याकडे ५ कोटी ७० लाख पॉलिसीजच्या माध्यमातून १९ हजार कोटी रुपयांहून अधिक निधी जमा आहे.'' सईने सांगितलेल्या माहितीवर आश्चर्यचकित होत मानसी म्हणाली, ''बाप रे!''

''सई, या पोस्टल आयुर्विम्याच्या हप्त्यावर आयकरात सवलत आहे का गं?'' सायलीने नेमका प्रश्न विचारला म्हणून खूश होत सई उत्तरली, ''हो तर... आयकर कलम ८० सी अन्वये करपात्र उत्पन्नापासून वजावट मिळवून देतो हा हप्ता!''

''इतकी वर्षं सरकारी नोकरीत जाऊनही या टपाल विम्याची माहिती घेतली नाही, याची हुरहुर मला आता लागली आहे.'' वसुंधराताई सहज बोलून गेल्या.

''ताई, तुम्हांला हे माहीत आहे का, की याच पोस्टल आयुर्विम्याने मार्च १९९५पासून शेतकऱ्यांसाठीही खास पाच योजना ग्रामीण टपाल जीवन विम्यांतर्गत सुरू केलेल्या आहेत.''

सईच्या या माहितीवर मानसी वेगळीच शंका विचारते, ''सई, सायली राष्ट्रीयीकृत बँकेत आहे, पण तिचा नवरा तर खासगी कंपनीत आहे; तर दोघांच्या संयुक्त पॉलिसी घेता येणार की नाही?''

''व्वा! खरंच छान शंका विचारलीस. अगं, अशा लोकांसाठी 'युगल सुरक्षा' म्हणून योजना आहे. दोघांपैकी कोणीही एक सरकारी नोकरीत किंवा निमसरकारी संस्थेत असला तर ही योजना स्वीकारता येते. अपंगांसाठीही विशेष योजना पोस्टल लाईफ इन्शुरन्सने आणली आहे. अर्थात, त्यासाठी वैद्यकीय तपासणी आवश्यक ठरते.'' सई म्हणाली.

''सई, आम्ही इतकी वर्षं सरकारी नोकरीत आहोत, पण आम्हांलाच आमच्या उपयोगाच्या आणि लाभाच्या योजना ना कोणी सांगितल्या, ना कोणी समजावल्या.'' वसुंधराताईंच्या या बोलण्यावर सई म्हणाली, ''यालाच आर्थिक निरक्षरता म्हणतात. आपल्याला फक्त 'डाकीया डाक लाया' एवढंच शिकवलं जातं, पण 'डाकीया बीमा लाया' शिकवायला हवं होतं!'' ■■■

कंपनी ठेवी : असुरक्षित गुंतवणूक

क्रिसिल, इक्रा किंवा केअरसारख्या पतमापन संस्थांनी दिलेल्या ट्रिपल ए (AAA) किंवा डबल ए (AA) या श्रेणी बघूनच बँकेतर वित्तीय कंपन्या किंवा गृहवित्त साहाय्य कंपन्यांच्या ठेवी योजनांची निवड करावी. या श्रेणी व्याज आणि मुद्दलाची परतफेड वेळेवर करणाऱ्या कंपन्यांची क्षमता दर्शवतात.

''सायली, माझे हे दोन फॉर्म भरायला मदत करशील का? हा जसा भरला आहे तसाच हा दुसरा भरायचा.''

''मानसी, हे पाच-सहा अर्ज कसले भरते आहेस?'' यावर मानसी म्हणाली, ''सगळं सांगते बाई... ही ट्रेन चर्चगेटला पोहोचेपर्यंत हे सहा अर्ज भरून झाले पाहिजेत. स्टेशनवर मला माझ्या नवऱ्याच्या ओळखीचा ब्रोकर भेटणार आहे. त्याला हे बाड आणि चेक्स द्यायचे आहेत.''

''अगं, पण या कंपन्यांच्या ठेव योजनांची चौकशी केलीस का?'' वसुंधराताईंनी विचारले.

''अहो ताई, या सर्वांची नावं आपण ऐकलेली आहेत. आणि मुख्य म्हणजे बँक ठेवीपेक्षा दोन ते तीन टक्के व्याजदरही अधिक आहे.'' मानसी वसुंधराताईंकडे न बघताच अर्ज भरता-भरता बोलत होती.

''अगं, पण तू सईला विचारलंस का? या कंपन्यांमध्ये गुंतवू की...?'' वसुंधराताईंनी मानसीला विचारलेच.

''अहो, त्यात काय विचारायचं? गोदरेज प्रॉपर्टीज युनिटेक, लुपिन, अन्साल हाउसिंग यांसारख्या कंपन्या आज ९ टक्क्यांपासून १२ टक्क्यांपर्यंत व्याजदर कंपनी ठेवींवर देत होत्या.'' मानसी असं म्हणेपर्यंत सई धावत-पळत आली.

''काय झालं? माझ्याकडे अशा का बघता तुम्ही?'' सईने विचारले.

''अगं सई, हे बघ मानसी एवढ्या कंपन्यांमध्ये गुंतवणूक करायला चालली आहे!'' वसुंधराताई त्या अर्जांकडे बोट दाखवत म्हणाल्या.

''मानसी, तुला कळतं की नाही! आज एवढ्या कंपन्या गुंतवणूकदारांना चुना लावून जात असतानाही तुझी ही कृती म्हणजे 'आ बैल मुझे मार' अशी आहे.'' सई मानसीवर ओरडली.

''अगं, बघ... या कंपन्या नामवंत नाहीत का? या एवढ्या मोठ्या कंपन्या बुडतील का?... तुझीपण कमाल आहे!'' मानसी म्हणाली.

''मानसी, तुझ्या बुद्धीपुढे साष्टांग दंडवत ग बाई! तुझ्या या कंपन्यांना बँकेतर वित्तीय कंपन्यांप्रमाणे (नॉनबँकिंग फायनान्स कंपन्या) किंवा गृहवित्त साहाय्य कंपन्यांप्रमाणे (हाउसिंग फायनान्स कंपन्या) 'क्रिसिल', 'इक्रा' किंवा 'केअर'सारख्या पतमापन संस्थां (क्रेडिट रेटिंग एजन्सीज)कडून पतमापन श्रेणी मिळवणे बंधनकारक नसते. या कंपन्यांची आर्थिक कामगिरी बघूनच त्याच्या ठेवींमध्ये गुंतवणूक करणे आपल्या हिताचे ठरते!'' सईला मध्येच थांबवत मानसीने विचारले, ''आर्थिक कामगिरी म्हणजे?''

''अगं, त्या कंपन्या गेली तीन वर्षं नफ्यात आहेत की नाहीत, तसेच हा नफा वाढतो आहे की कमी होत आहे, शेअर्सधारकांना या कंपन्यांनी किती टक्के दराने लाभांशाचे वाटप केले आहे, या कंपन्यांच्या डोक्यावर कर्ज तसेच इतर आर्थिक जबाबदाऱ्या किती आहेत, जर या कंपन्या शेअर बाजारात नोंदलेल्या असतील तर मागील तीन महिन्यांची आर्थिक कामगिरी शेअरबाजाराच्या वेबसाईटवरून सहज कळते. तसेच परदेशी चलनांतील कर्जरोखे या कंपन्यांनी चार-पाच वर्षांपूर्वी काढले असतील तर त्या कर्जरोखेधारकांना, जर रोखे परिवर्तनीय असतील तर समभागाच्या (शेअर्स) स्वरूपात आणि अपरिवर्तनीय असतील तर रक्कम परत द्यावी लागते. अशा वेळी या कंपन्यांच्या मुदत ठेव योजना आकर्षक व्याजदराचे लेबल लावून येतात. अशा कंपन्यांपासून दूर राहणेच चांगले!'' सईने सविस्तरपणे सांगूनही मानसीचा प्रश्न आलाच, ''हे बघ सई, पण आज बँकापेक्षा जास्त दर देणाऱ्या आणि सुरक्षित ठरणाच्या कंपन्या कशा निश्चित करणार?''

''मानसी, मघाशी सांगितल्याप्रमाणे क्रिसिल, इक्रा किंवा केअरसारख्या पतमापन संस्थांनी दिलेल्या ट्रिपल ए (AAA) किंवा डबल ए (AA) या श्रेणी बघूनच बँकेतर वित्तीय कंपन्या किंवा गृहवित्त साहाय्य कंपन्यांच्या ठेवी योजनांची निवड करावी. या श्रेणी व्याज आणि मुद्दलाची परतफेड वेळेवर करणाऱ्या कंपन्यांची क्षमता दर्शवतात.'' हे ऐकून मानसीने सायलीला दिलेले अर्ज काढून घेतले.

''राहू दे, सायली! मी नवऱ्याला फोनवर हे सगळं सांगेन, आता घाई नको!'' मानसीच्या या बोलण्यावर सई तिला समजावते, ''हे बघ, मानसी, या सर्व कंपनी ठेवी योजना असुरक्षित म्हणून गणल्या जात असतात. ज्या वेळी कंपनी अवसायानात (लिक्विडेशन) जाते, त्या वेळी सर्व देणी दिल्यावर निधी शिल्लक राहिला तरच कंपनी ठेवीदारांना रक्कम मिळते, अन्यथा तुमची ठेव 'गंगार्पणमस्तु' म्हणून सोडून द्यावी लागते.''

''बाप रे! हे कोणीच सांगत नाही!''

''कारण आपण त्या जास्त व्याजदरांना भुलतो!''

''कंपन्यांच्या नावापेक्षा त्यांच्या कामगिरीकडे बघूनच असे निर्णय घेतले पाहिजेत ना!''

सर्व जणी आपापली मते मांडताना पाहून सई गालातल्या गालात हसत राहिली.

■■■

नो शेम, नो ब्लेम!

वर्षभरात कोणत्या चार किंवा पाच कंपन्यांचे शेअर्स खरेदी करायचे आणि किती मूल्यांपर्यंत खरेदी करायचे याचा तक्ता बनवून ठेवला, तर ही शिस्तबद्ध आणि नियोजनबद्ध गुंतवणूक संपत्ती-निर्माणप्रक्रियेची यशस्वी पायरी ठरते.

''सई अजून आली नाही!''

''हो, बघ ना! आता एवढ्यात गाडी सुटेलही!''

'नेहमी इन-टाईम असणारी सई...' मानसीचे बोल तोंडातच अडकले. धावतपळत गाडीत चढलेल्या सईला 'हळू हळू गं बाई' असा एकच सल्ल्याचा स्वर उमटला. तेवढ्यात ट्रेन सुटली.

''काय गं सई, आज एवढी धावपळ झाली तुझी!'' वसुंधराताईंची काळजीच्या स्वरात विचारणा केली.

''अहो, आमच्या बिल्डिंगची एक लिफ्ट बिघडल्याने बंद आहे. त्यामुळे दुसऱ्या लिफ्टवर अवलंबून राहावे लागले. सकाळी सगळ्यांची घाई असते. शेवटी, पाच मजले उतरले, तर रिक्षा नाही... काही अंतरावर मिळाली म्हणून कशीबशी पोहोचले या ट्रेनला!'' सईने एका दमात सांगून टाकले.

''सई, माझं किनई एक काम आहे तुझ्याकडे.'' मानसी म्हणाली.

''अगं, बोल की!'' सई म्हणाली.

''मला दर महिन्याला थोडे-थोडे पैसे शेअर्समध्ये गुंतवता येतील का?'' मानसीचा प्रश्न.

''हो! का नाही येणार? अगं, तुझे म्युच्युअल फंडाचे एसआयपी (सिस्टिमेटिक इन्व्हेस्टमेन्ट प्लॅन्स) चालू आहेत ना?'' सईने विचारले.

''हो! पण गेली दोन वर्षं हे म्युच्युअल फंडांचे एसआयपी तेवढे लाभदायी ठरलेले दिसत नाहीत. त्यामुळे माझा नवराही वैतागला आहे.'' मानसी म्हणाली.

यावर सायली म्हणाली, ''अगं, आमच्याकडेही हेच रडगाणं चालू आहे. गुंतवणुकीचं काय होणार आहे तेच कळत नाही.'' सई त्यांना समजावत म्हणाली, ''एक महत्त्वाची बाब लक्षात घ्या. म्युच्युअल फंडातील गुंतवणूक म्हणजे 'पी हळद नि हो गोरी' नव्हे. म्युच्युअल फंड हे साधनच मुळी दीर्घ काळात म्हणजे चार-पाच वर्षांनंतर लाभकारी ठरू शकणारं आहे. त्यातून गेली वर्ष-दोन वर्षं शेअरबाजारसुद्धा विशेष

सुधारला नाही. देशातील आर्थिक धोरणं, आंतरराष्ट्रीय, राजकीय तसेच आर्थिक धोरणं, चलनवाढ, भ्रष्टाचार आणि राजकीय निष्क्रियता या घटकांचाही मोठा परिणाम शेअरबाजारावर झाला आहे. त्यामुळे म्युच्युअल फंडांना फटका बसला आहे.''

''अगं सई, माझ्या प्रश्नाला तू उत्तरच दिलं नाहीस.'' मानसीची हसत तक्रार आली.

''कोणता गं?'' सईने विचारले.

''अगं, दर महिन्याला रिकरिंग डिपॉझिट किंवा म्युच्युअल फंडच्या एसआयपीसारखी मी शेअर्समध्ये गुंतवणूक करू शकते का?'' मानसीने प्रश्न पुन्हा विस्ताराने विचारला.

''हो! पण त्यासाठी तुला कोणत्या कंपन्यांचे, किती शेअर्स, कोणत्या दिवशी घ्यायचे, याचा तक्ता स्वत:लाच तयार करावा लागणार आहे. समज, तुला दर महिन्याच्या १५ तारखेला ही गुंतवणूक करायची आहे; पण त्याच दिवशी शेअरबाजार भरपूर तेजीत असेल, तर तुझी खरेदी महागडी ठरणार. त्यापेक्षा वर्षभरात कोणत्या चार किंवा पाच कंपन्यांचे शेअर्स खरेदी करायचे आणि किती मूल्यांपर्यंत खरेदी करायचे याचा तक्ता बनवून ठेवला, तर ही शिस्तबद्ध आणि नियोजनबद्ध गुंतवणूक संपत्ती-निर्माणप्रक्रियेची यशस्वी पायरी ठरते.'' सईने मानसीला समजावून सांगितले.

''अगं सई, कोणत्याही कंपनीच्या शेअरचा भाव आजच्या महिन्यात जो असेल त्याच्यापेक्षा कमी किंवा अधिक पुढील महिन्यात असला तर...?'' सायलीची शंका.

''कमी असला तर आपल्या रकमेत जास्त शेअर्स खरेदी करता येणार आणि जास्त भाव असेल तर कमी शेअर्स खरेदी करता येणार. पण यासाठीच अशा प्रकारे शेअर्स दरमहा खरेदी करताना कमाल दराची मर्यादा स्वत:वर ठेवावी किंवा दुसऱ्या कंपनीचे माफक दरातील शेअर्स अधिक संख्येने खरेदी करावेत. फक्त हे सर्व ब्रोकरकडून करून घेताना आपण तयार केलेला तक्ता पुढ्यात असेल तर अजिबात गोंधळ होत नाही.'' सईला मध्येच थांबवत मानसीने विचारले, ''समजा, हा प्रयोग फसला तर...!''

''असा कसा फसेल? मानसी, तू काहीही विचारतेस हं!'' वसुंधराताई मानसीला ओरडल्या.

''अहो ताई, तिचं बरोबरच आहे! यासाठीच आपण निवडलेल्या कंपन्या चांगल्याच असल्या पाहिजेत. समजा, एखादी कंपनी तुझ्या नवऱ्याने घ्यायला सांगितली आणि ती कंपनी चांगली असूनही तिच्या शेअर्समध्ये अपेक्षित कामगिरी नाही दिसली, तर ताबडतोब नवऱ्याला बोलायचं, पण भांडायचं नाही. आपल्याकडून अशी चूक होऊ शकते. म्हणून 'नो शेम, नो ब्लेम' हे तत्त्व बाळगूनच हा प्रयोग प्रत्येक कुटुंबात केला तर गुंतवणुकीच्या प्रयोगातून अनुभवात भर पडेलच आणि संपत्तीतही वाढ होईल!'' सई हसत म्हणाली.

■■■

कर्ज काढून गाडी घेणार...

गाडी विकत घेणे सोपे आहे, परंतु त्या गाडीला लागणाऱ्या पेट्रोलच्या वाढत्या किमती आपल्या दर महिन्याच्या खर्चात भर टाकणार आहेत, याची जाण असणे आवश्यक ठरते.

''वसुंधरा मॅडम, आजचा मेनू काय आहे तुमचा?'' सईच्या प्रश्नावर सर्व जणी वसुंधरातार्इंच्या पिशवीकडे बघू लागल्या. पण आज त्यांची नेहमीची पिशवीच बरोबर नव्हती.

''अगं, आज किनई खूप घाई झाली, काल संध्याकाळी आम्ही गाडी बघायला गेलो होतो. त्याच्या चर्चेत खाण्याची तयारी बोंबलली.'' यावर अख्खा ग्रुप ओरडला, ''अय्या, गाडी घेताय?''

''हो! ह्यांची खूप दिवसांपासून इच्छा होती... आणि आता दोन्ही मुलंही मोठी झाली आहेत. दोघांकडे ड्रायव्हिंग लायसेन्सही आहेत.'' वसुंधरातार्इंनी एका दमात सांगून टाकले.

''मॅडम, मग तर तुम्ही आज काहीतरी आणायला पाहिजेच होतं!'' सईचा हट्ट प्रकटला.

''अगं सई, तुला सगळं आई हातात तयार करून देते. उद्या लग्न झालं की बघ कसे हाल होतात ते...'' वसुंधरातार्इंचे बोलणे ऐकून सगळ्या जणी सईवर घसरल्या.

''ही लाडाची लेक आहे.''

''आमच्या कष्टाची तुला कल्पना नाही येणार!''

''लग्न कर लवकर... किती मुलं नाकारशील!''

शेवटी सईने 'सॉरी सॉरी' म्हणून सुटका करून घेत वसुंधरातार्इंना प्रश्न विचारला, ''कोणती गाडी घेताय?''

''अगं, मला 'स्विफ्ट डिझायर'च आवडली होती; पण आमचं बजेट तोकडं पडलं. शेवटी 'वॅगन आर' फायनल केली.''

''डाऊन पेमेंट की कर्ज घेणार?'' ग्रुपमधून एकीचा प्रश्न आला.

''अगं, तीच जुळवाजुळव चालू आहे. त्या गडबडीत आजची आपली खादाडी राहिली.'' वसुंधरातार्इंच्या बोलण्यावर गाड्यांच्या किमती किती वाढल्या आहेत, यापासून वाहनकर्जाचे हप्ते कसे वाढले आहेत, याची चर्चाच सुरू झाली.

खरे म्हणजे गाडी विकत घेणे सोपे आहे, परंतु त्या गाडीला लागणाऱ्या पेट्रोलच्या वाढत्या किमती आपल्या दर महिन्याच्या खर्चात भर टाकणार आहेत, याची जाण असणे आवश्यक ठरते.

वाहन कर्जावर घेतले जात असेल तर तीन नियम लक्षात घेतले पाहिजेत : पहिला नियम, आपण निवडलेल्या गाडीची एकूण किंमत (यालाच 'ऑन रोड प्राईस' म्हणतात) विचारात घेऊन किमान २० ते २५ टक्के किंमत आपण भरून उर्वरित किमतीसाठी वाहन कर्ज घ्यावे.

वाहनकर्जाची मुदत किमान तीन वर्षे ते सात वर्षे असते. वाहनकर्जाची मुदत शक्यतो चार वर्षेच स्वीकारावी. अधिकतम मुदतीचे वाहन कर्ज महाग पडते आणि व्याजाची रक्कमही अधिक मोजावी लागते. तीन-चार वर्षांनंतर गाडीची किंमतही कमी झालेली असते आणि वापर भरपूर झाला असेल तर मेंटेनन्सच्या खर्चाचा भारही सोसत नसल्याने गाडी योग्य किमतीत विकून नवीन गाडी घेणे हिताचे ठरते. चार वर्षांत कर्जही सहज फेडता येते. वाहन कर्जाची मुदत चार वर्षांचीच ठेवणे, हा झाला दुसरा नियम.

तिसरा नियम महत्त्वाचा आहे. वाहन कर्जाचा मासिक हप्ता आपल्या हातात येणाऱ्या मासिक उत्पन्नाच्या १० टक्क्यांपेक्षा अधिक असणार नाही, याची काळजी घेणे. या वाहन कर्जाच्या मासिक हप्त्यांबरोबरच पेट्रोलचा आणि देखभालीचा खर्च दुर्लक्षून चालणार नाही. वाहन कर्जाची सोय बहुधा वाहन विक्रेते-डीलर्सकडून केलेली असते. पण बँकेतर वित्तसंस्थांकडून हे कर्ज स्वीकारण्यापेक्षा राष्ट्रीयीकृत किंवा सहकारी बँकांकडून कर्ज स्वीकारणे योग्य ठरते. मुदतपूर्व कर्जफेड करताना या बँका दंडात्मक शुल्क आकारत नाहीत. पण जर हेच वाहन कर्ज बँकेतर वित्तसंस्था, तसेच खासगी बँकांकडून घेतले असेल, तर दंडात्मक शुल्क (जे साधारणतः शिल्लक राहिलेल्या अवधीच्या व्याजाच्या रकमेएवढे असते) भरावे लागते.

बँकेतर वित्तसंस्थांची व्याजाची आकारणी वार्षिक तत्त्वावर (Annual Rest) असते. आपण दरमहा हप्ता भरत असून दर महिन्याला किंवा दर तिमाहीस कमी होत गेलेल्या मुद्दलाच्या परतफेडीचा विचार या वित्तसंस्था करत नाहीत. परंतु राष्ट्रीयीकृत किंवा सहकारी बँका दर तिमाहीस कमी होत गेलेल्या मुद्दलाच्या परतफेडीचा विचार करून व्याजाची आकारणी तिमाही तत्त्वावर (Quarterly Rest) करतात.

वेगवेगळ्या निमित्ताने स्वस्त दरात वाहन कर्जाच्या जाहिराती काही डीलर्स घोषित करतात. तेव्हा, त्या जाहिरातीचा भुलभुलैया उपरोक्त तीन नियमांच्या कसोटीवर घासून बघणे इष्ट ठरेल.

■■■

कर भरला (?) तर डर कशाला?

असंख्य पगारदारांना वाटते की, आपले सर्वच व्यवहार फुटकळ आहेत. नीट कॅलक्युलेशन्स केल्यावर लक्षात येईल, की आपल्याकडूनही बरीच उत्पन्नं दडवली जातात. काही वेळा जाणूनबुजून, तर काही वेळा अज्ञानापोटी!

''सई, टेन्शनमध्ये दिसतेस... तुला आणि टेन्शन!''

''बघ ना! दुसऱ्यांना टेन्शन देणाऱ्याला टेन्शनमध्ये बघून कसंसंच होतं नाही!''

''ए बाई, कसलं एवढं टेन्शन? तुम्ही बायांनो, तुमच्या कॉमेंट्स थांबवा जरा.''

''हं सई, सांग बरं...'' वसुंधरा‌ताईंनी ज्येष्ठत्वाच्या नात्याने मध्यस्थी केली.

''ताई, माझी शेअर्सच्या ट्रेडिंगची फाईल माझ्याकडून चुकून 'डिलीट' झाली. त्यात मी शॉर्ट टर्म गेन (अल्पमुदतीचा भांडवली नफा) आणि लॉंग टर्म कॅपिटल गेन (दीर्घ मुदतीचा भांडवली नफा) इत्यादी सर्व तयार करून ठेवलं होतं.''

''अगं, पण तुझा ब्रोकर देईल की सगळी ट्रेडिंग डिटेल्स इ-मेलवर!'' सरोज म्हणाली.

''अगं, पण तो थोडीच मला 'कॅपिटल गेन' नेमका किती आहे हे देणार? त्यातल्या कितीवर कर भरायचा, किती करमुक्त आहे... ती सर्व गणितं मी करून ठेवली होती. मूर्खासारखी रिसायकल बिनमधूनही मी डिलीट केली ती फाईल!'' सई वैतागून म्हणाली.

''नेमकी हीच गणितं तुला आता का हवीत?'' वसुंधरा‌ताईंचा सहज प्रश्न आला.

''अहो ताई, ३१ जुलैआधी मला माझी, नवऱ्याची इन्कम टॅक्स रिटर्न्स (आयकर विवरण पत्र) भरावयाची आहेत. त्यात हे सर्व द्यावं लागतं ना!''

''अय्या! सई वेडीच आहे. आपले मेले फुटकळ व्यवहार. आयकर खात्याला कुठे वेळ आहे एवढं बघायला!'' मानसी सईला हलकेच चापटी मारत म्हणाली.

''मानसी, तुलाच नव्हे, तर असंख्य पगारदारांना आपले सर्वच व्यवहार फुटकळ आहेत असंच वाटतं. नीट कॅलक्युलेशन्स केल्यावर लक्षात येईल, की आपल्याकडूनही बरीच उत्पन्नं दडवली जातात. काही वेळा जाणूनबुजून, तर काही वेळा अज्ञानापोटी!...''

सईला मध्येच थांबवत मानसी बोलू लागली, ''सई, आमचा फॉर्म क्र. १६ सर्व काही सांगतो. पगार हेच जर आमचं मुख्य उत्पन्नाचं स्रोत आहे, तर आम्ही आणखी कुठून एवढं मोठं उत्पन्न प्राप्त करणार? रोज लॉटरी लागत नाही, की शेअर्समध्ये दुप्पटचौपट झालेले नाहीत वर्षभरात...''

''मानसी, तुझा हा गैरसमज आहे. तुझी कंपनी फॉर्म क्र. १६ देते, त्यात त्या कंपनीने तुला दिलेल्या पगारासह बोनस व इतर भत्त्यांसह आर्थिक लाभांचा समावेश असतो. पण मागील आर्थिक वर्षात बँक खात्यातील तसेच बँक ठेवीवरील व्याज, शेअर्सच्या खरेदी-विक्रीतून झालेला अल्प मुदतीचा भांडवली नफा, एवढच कशाला; तुझंच उदाहरण घेतलं तर तुम्हांला जुन्या चाळीतल्या खोलीचं येणारं भाडं तू थोडीच दाखवतेस. अशी अनेक उत्पन्नं आपण दाखवत नाही. आणि व्यापारी-व्यावसायिक लोकांच्या नावाने करबुडवे म्हणून बोटं मोडतो.'' सईच्या रोखठोक मुद्द्याने मानसीचा आवाज क्षीण झाला.

''अगं सई, आपल्या मध्यमवर्गाचं उत्पन्न कुठे एवढं होणार गं?'' मानसीच्या प्रश्नावर सई म्हणाली, ''मोजलं तर कळणार ना? तू अजून इन्कम टॅक्स रिटर्न भरले नसशील, तर तुझ्या सर्व बचत खात्यांवरील बँकेने जमा केलेलं व्याज, बँक मुदत ठेवींवरील व्याज, बँकेकडे व्याजाचं प्रमाणपत्र मागितलं की त्यातही सर्व व्याजाची रक्कम एकत्रित मिळते. शेअर्सच्या खरेदी-विक्रीतून एक वर्षाच्या आत भांडवली नफा झाला असेल, तर त्याचं गणित करून ठेवावं. म्युच्युअल फंडातही इक्विटी फंडात अल्प मुदतीचा भांडवली नफा (एक वर्षाच्या आत) आणि डेब्ट फंडातील अल्प असो वा दीर्घ मुदतीचा भांडवली नफा कॅलक्युलेट करून ठेवावा. भाड्याचं किंवा अन्य स्रोताने येणारं अतिरिक्त उत्पन्न इत्यादीचा आयकरपात्र उत्पन्न (Taxable Income) निश्चित करताना विचार करायचा असतो. हां... अजून एक, जर तुमच्या सॅलरी पॅकेजमध्ये रजेतील खर्च (हॉलिडे एक्स्पेन्सेस) क्रेडिट कार्डवरील देयके आणि इतर आर्थिक लाभकारी फ्रींज बेनिफिट्सचा समावेश असेल तर अर्ज क्रमांक '१२ बीए' कंपनीकडून दिला जातो. अर्ज क्र. १६ बरोबरच हा १२ बीएचा अर्ज देण्याची प्रथा बऱ्याच कंपन्यांत आहे. पगाराव्यतिरिक्तच्या अन्य उत्पन्नातून आयकर कपात झाली असेल तर अर्ज क्र. '१६ ए'मागून घेणं आपलं कर्तव्य आहे. बँक-पोस्ट, कंपन्या ठेवींवरील व्याजातून होणारी आयकर कपात, राष्ट्रीय बचत प्रमाणपत्र, किसान विकास पत्रांवरील व्याजातून होणारी आयकर कपात आपल्यास अर्ज क्रमांक '१६ ए'वरून कळते. त्यामुळे आपल्या नावे आयकर किती कापला गेला आहे, ते लक्षात येतं.''

''सई, आपण किती निष्काळजीने आयकर रिटर्न भरतो. ५० रुपये आणि फॉर्म १६ देऊन मी इतकी वर्षं रिटर्न्स भरले. या वेळी मात्र...'' वसुंधराताईंना थांबवत सई म्हणाली, ''या वेळी केवळ ५० किंवा १०० रुपयांकडे न बघता आपलं सर्व उत्पन्न, सर्व प्रकारच्या वजावटी (Deductions) आणि आपले उत्पन्नांचे प्रकार लक्षात घेऊन भरावयाचा नेमका अर्ज लक्षात घ्यायला हवा. एवढंच नव्हे, तर सर्व रिटर्न्स ऑनलाईन भरावे लागतात, ताई!''

''सई, अनेक प्रकारचे रिटर्न्स असतात ना?'' सरोजचा प्रश्न.

''हो तर सरोज, 'आयटीआर-१' म्हणजे पगार पेन्शन, एकाच मालमत्तेतून मिळणारं भाड्याचं उत्पन्न, व्याजाचं उत्पन्न आणि करमुक्त भांडवली नफ्याचं उत्पन्न असणाऱ्यांसाठी. 'आयटीआर-२' हा अर्ज एकापेक्षा अधिक मालमत्तेपासून येणारं भाड्याचं उत्पन्न, परदेशी मालमत्तेपासूनचं उत्पन्न इत्यादी उत्पन्नांसह पगार-पेन्शन, व्याज आणि भांडवली नफ्याचं उत्पन्न असणाऱ्यांसाठी. व्यापारी व्यावसायिकांसाठी 'आयटीआर-४' आणि 'आयटीआर ४ एस (सुगम)' असे दोन अर्ज आहेत.''

■■■

संपत्ती कराचे टेन्शन?

पन्नास हजार रुपयांपेक्षा अधिक रोख रक्कम, जमीनजुमला, मोटारगाड्या, सोने-चांदीच्या वस्तू-अलंकार, मौल्यवान धातू आणि अत्यंत आलिशान गाड्या यांपैकी सर्व किंवा जे काही आहे त्याची किंमत तीस लाख रुपयांहून अधिक असेल, तर संपत्ती कर कायद्यान्वये त्या किमतीच्या एक टक्का संपत्ती कर भरावा लागतो.

''अय्या! अजून सई नाही आली! तिचा मोबाईलपण बिझी येतोय!'' मानसीने चिंतातुर स्वरात विचारले.

''अगं, दोन मिनिटं आहेत ट्रेन सुटायला. अजून काही कळवलं नाही म्हणजे ती नक्की येणारच!'' वसुंधराताईंनी खात्री दिली.

''अगं, पण तुला का एवढी सईची...'' असं सायली विचारेपर्यंत धावतपळत सई ट्रेनमध्ये घुसली.

''आली गं आली!'' एकच आवाज.

''तुला आणि उशीर!'' मानसीपाठोपाठ सायलीने विचारले.

''सकाळी उठायला उशीर झाला का?''

''तुम्ही मुली असं जिवाच्या आकांतानं धावता ना! ते बघून काळजात धडधडतं माझ्या!'' वसुंधराताई थोडं सरकून सईला जागा देत म्हणाल्या.

''अहो ताई, जरा मला दम घेऊ द्या! अहो, मी जी रिक्षा पकडली ती स्टेशनजवळ येता-येता बंद पडली. मग काय... तंगडतोड आली नशिबात! काय गं मानसी, तुला जरा थारा नाही. दहा मिनिटांत सहा मिस्ड कॉल्स आहेत तुझे!'' सई मानसीवर ओरडली.

''सॉरी! सॉरी! माझं काम होतं!'' मानसी नर्व्हस मूडमध्ये म्हणाली.

''माझ्या बॉसचा फोन चालू होता. त्यात तंगडतोड... बॉसच्या १७६० सूचना... तुझे मिस्ड कॉल्स त्यात भर टाकत होते.'' सई म्हणाली.

''सई, मला किनई टेन्शन आलंय!'' मानसीच्या या बोलण्यावर सायली हसत म्हणाली, ''तुला... आणि टेन्शन? तू तर टेन्शन देणारी!''

''नाही गं, खरंच काल रात्री झोपलेच नाही या टेन्शनमुळे!'' मानसी म्हणाली.

''अगं बाई, एवढं कसलं आलं टेन्शन!'' ताईंनी विचारले.

''माझ्या नवऱ्याच्या मित्राने काल आम्हांला सांगितलं, की वेल्थ टॅक्स रिटर्न्सही आपण भरले पाहिजेत. आणि त्याआधी संपत्ती कर (वेल्थ टॅक्स)सुद्धा!'' मानसी एका दमात म्हणाली.

''एवढंच ना! भरून टाक तो संपत्ती कर! संपत्ती गोळा करताना मजा वाटली ना!... अजून कर गुंतवणूक!'' सायली मानसीला हसत म्हणाली.

''ए सायली, मस्करी नको... खरंच टेन्शन आलंय आम्हा दोघांनाही! आमचा सीएही बाहेरगावी गेला आहे... फोनसुद्धा रिचेबल नाही!'' मानसी घायकुतीला येत म्हणाली.

''मानसी, तुला माहीत आहे का, संपत्ती कर केव्हा द्यावा लागतो, किती असतो?'' सईने विचारले.

''नाही गं!'' मानसी त्वरित उत्तरली.

''पन्नास हजार रुपयांपेक्षा अधिक रोख रक्कम, जमीनजुमला, मोटारगाड्या, सोने-चांदीच्या वस्तू-अलंकार, मौल्यवान धातू आणि अत्यंत आलिशान गाड्या यांपैकी सर्व किंवा जे काही आहे त्याची किंमत तीस लाख रुपयांहून अधिक असेल, तर संपत्ती कर कायद्यान्वये त्या किमतीच्या एक टक्का संपत्ती कर भरावा लागतो. समजा, तुमच्या निवासी मालमत्ता दोन-तीन आहेत. त्यापैकी तुम्ही ठरवाल ती एक मालमत्ता संपत्ती करातून वगळली जाते. उरलेल्या मालमत्तेच्या किमतीवर मात्र संपत्ती कर द्यावा लागतो.''

सईने इतकी सविस्तर माहिती देऊनही मानसीची शंका उद्‌भवलीच : ''अग पण आमची शेअर्स, म्युच्युअल फंडातील गुंतवणूकच मुळी...!'' सईने तिला थांबवत म्हटले, ''ही गुंतवणूक संपत्ती करमुक्त आहे. अगदी सोन्याचे ईटीएफ युनिटसुद्धा संपत्ती करातून मुक्त आहेत.''

''काय सांगतेस, सई! खरंच माझं टेन्शन आता गेलंय... आधी नवऱ्याला फोन करून सांगते, की तू टेन्शन घेऊ नकोस.'' मानसीच्या या बोलण्यावर सगळ्या जणी हसल्या.

''बाईसाहेब, जरा थांबा! तुमच्या सर्व मालमत्तेचं म्हणजेच संपत्तीचं मूल्यांकन (व्हॅल्युएशन) करा आणि मगच ठरवा, की मालमत्ता करांतर्गत आपल्याला दायित्व येतं की नाही! कळलं का?'' सईने मानसीला बजावले.

''याचीही रिटर्न्स भरावी लागतात?'' ताईंनी सईला विचारले.

''हो तर! दर वर्षी ३१ जुलैआधी तुम्ही संपत्ती कराचं विवरण पत्र (वेल्थ टॅक्स रिटर्न्स) भरलं पाहिजे. संपत्ती कराच्या शेड्युल ३मध्ये दिल्यानुसार प्रत्येक मालमत्तेचं आणि संपत्तीतील घटकांचं मूल्यांकन असलेलं विवरण सोबत जोडलं पाहिजे.'' सईने ताईंना सांगितले.

''पण सई, आपण हा कर भरला नाही तर... म्हणजे चुकून आपण विसरलो... किंवा...'' मानसीला थांबवत सायली म्हणाली, ''म्हणजे थोडक्यात कर बुडवला तर ना!'', सई हसत म्हणाली, ''मग भरा दरमहा एक टक्का दराने दंडात्मक व्याज त्या देय संपत्ती करावर... एके दिवशी मानसीच्या घरावर धाड पडेल ना तेव्हा कळेल...'', सायली पटकन बोलून गेली, ''मानसीच्या शंका-कुशंकांनी आयकर अधिकारीच धूम ठोकतील.''

''खरं आहे! अगदी खरं!'' ताईंनीसुद्धा हसत दाद दिली.

''एक टक्का संपत्ती कराला घाबरून संपत्तीच्या रूपात ९९ टक्के लक्ष्मीचं येणारं कायमस्वरूपी वास्तव्य नाकारणं मात्र मूर्खपणाचं असतं!'' सईने नेहमीप्रमाणे ठेवणीतले वचन मांडले.

■■■

पन्नाशी झाली...

काही गोष्टी, ज्या पन्नाशीतच करावयाच्या असतात त्यांची सविस्तर माहिती

''काय ग सरोज, दोन दिवस आली नाहीस?'''

''गेली असेल नवऱ्याबरोबर शॉपिंगला!''

''अय्या... खरंच! ए सरोज, एवढं कसलं केलं शॉपिंग! सांग ना गं!''

''ए बायांनो, जरा गप्प बसता का?'' सरोज मिठाईचा पुडा उघडत ओरडली. ''काल माझ्या नवऱ्याचा पन्नासावा वाढदिवस होता. म्हटलं तुमचंही तोंड गोड करू... हे घ्या!''

''सरोज, नवऱ्याच्या पन्नाशीला तू काय दिलंस गं?'' वसुंधराताईंनी विचारले.

''अहो ताई, सरोजनेच त्याचा खिसा कापला असेल त्याच्या पन्नाशीनिमित्त!'' सायली म्हणाली.

''सायली, नाही गं! तसं मुळीच नाही. मी त्याला सोन्याची अंगठी दिली!'' सरोजच्या या उत्तरावर दोघी-तिघी एकदम ओरडल्या, ''पण त्यानं रिटर्न गिफ्ट काय दिलं?''

''ए बायांनो, सरोजला नीट सर्व सांगू दे की...'' वसुंधराताई सरोजच्या बाजूने बोलल्या.

''ताई, तुम्हीच सांगा यांना. माझ्या नवऱ्याने मला हिऱ्यांचं कानातलं घेतलं, तर दोन्ही मुलांना ब्लॅकबेरी घेतले.'' सरोजने रिटर्न गिफ्टचे रहस्य फोडले.

''म्हणजे तुम्हीच त्याला लुटले तर... बिच्चारा! पन्नाशीतच फसला तर साठीला केवढं लुटाल त्याला!'' सायली हसतच म्हणाली.

सायलीला हलकीशी चापट मारत सरोज म्हणाली, ''सायली, किती मस्करी करतेस गं... अन् तुझी सासू सांगते तू घरात घुम्यासारखी असतेस.''

''सरोज, माझी सासू तुला कधी भेटली? कधी बोलली असं? आज घरी गेल्यावर राडाच करते बघ!'' सायली उसळून म्हणाली.

''सायली, सरोज तुझी मस्करी करतेय. उगाच मस्करीतून कुस्करी व्हायला नको. सासू-सुनेचा आधीच विसंवाद असेल तर तिथे मौन व्हायला नको.''

“बायांनो, बर्फी खाऊन झाली ना! मग मला सरोजला काही गोष्टी सांगायच्या आहेत, ज्या पन्नाशीतच करावयाच्या असतात.” सई सगळ्यांना गप्प करत म्हणाली.

“सई, आता तू काय सांगणार हिला? तुझी पन्नाशी तर अजून वीस-बावीस वर्षांनी येणार आहे.”

वसुंधराताईंना मध्येच थांबवत सई म्हणाली, “ताई, मी जे सांगणार आहे ते खरं तर सर्वांनाच लागू आहे. पण पन्नाशीतच हा विचार अधिक उपयुक्त ठरतो. तुमची जरी पन्नाशी झालेली असली तरीही हा विचार तुम्ही कराच.”

“कोणता गं?” सरोजने विचारले.

“हे बघ सरोज, तुझ्या नवऱ्याने पन्नाशी ओलांडली. दोनएक वर्षांनी तूसुद्धा हा उंबरठा ओलांडणार.” सई म्हणाली.

“हो, पण त्यात काय नवल!” सरोज म्हणाली.

“ऐक गं, माझी लिंक तोडू नको. तुझी मुलं ग्रॅज्युएशनच्या टप्प्यावर आहेत. लवकरच ती कमवायला लागतील.”

“नाही गं! माझा मोठा एमबीए करणारच आहे.” सरोज सईला थांबवत म्हणाली.

“अगं हो बाई, चार-पाच वर्षांनी तरी कमावतील ना! मग झालं तर... मी सांगते त्या दहा गोष्टी लक्षात घे आणि कृती करायला लाग!”

“कोणत्या गं?” सरोजचा प्रश्न.

- **बँक खाते :** जास्तीत जास्त दोनच बँक खाती ठेवून इतर बँक खाती बंद करायची. एकापेक्षा अधिक लॉकर्स असतील तर घराजवळील बँकेतील लॉकर ठेवून बाकीची लॉकर्स परत करायची. बँक ठेवी मुदतपूर्तीनंतर ज्या दोन बँकांच्या खात्यावर व्यवहार करणार त्याच बँकांकडे ठेवी ठेवाव्यात. उगाच व्याजातून करकपातीचा (टीडीएस) बाऊ न करता, जर कर कापला गेला तर आयकर विवरण पत्राद्वारे रिफंड असेल तर मिळवता येतो.
- **क्रेडिट कार्ड :** एकच क्रेडिट कार्ड आणि जास्तीत जास्त दोन डेबिट कार्ड्स बाळगावीत. बाकीची क्रेडिट कार्ड्स रद्द करावीत.
- **स्थावर मालमत्ता :** आपली नेमकी गुंतवणूक स्थावर-जंगममध्ये किती आहे, त्या सर्व कागदपत्रांची शहानिशा करून त्यात काही त्रुटी असतील तर त्या दूर करण्यासाठी काय-काय करायचे, ते एका वहीत नमूद करावे.
- **वाहन :** आपल्याकडे वाहन असेल तर त्याची कागदपत्रे, कर्जावर घेतलेले असेल तर लोन ॲग्रीमेंट, हायपोथिकेशन लेटर इत्यादी महत्त्वपूर्ण कागदपत्रे बघून ठेवावीत व कर्जाच्या अंतिम हप्त्याची तारीख ठळक अक्षरांत लिहावी.
- **घरातील दागदागिने :** सोन्याचे अलंकार, वळी, चिप्स, बिस्किटे, हिऱ्याचे अलंकार, चांदीच्या वस्तू आणि हो... प्लॅटिनमचे काही असेल तर त्या- त्या वस्तू अलंकाराच्या खरेदीच्या किंवा घडणावळीच्या सराफाच्या पावत्या बघून वस्तूंचे नाव-प्रकार-वजन आणि खरेदी किंमत वहीत चार्ट आखून लिहून ठेवाव्यात.

- **शेअर्सचे डिमॅट खाते :** या खात्यात शेअर्स, डिबेंचर्स (कर्जरोखे) आणि बॉण्ड्स तसेच एक्स्चेंज ट्रेडेड फंड्स युनिट्स (ETF Units) किती आहेत, आजची प्रत्येकाची बाजारभावाने काय किंमत होते, याचा अंदाज लिखित स्वरूपात ठेवावा.
- **गुंतवणूक :** म्युच्युअल फंड्समधील गुंतवणूक आणि कंपनी ठेवींमध्ये काही गुंतवणूक असेल तर त्याचा नेमका आढावा घ्यावा.
- **विमा :** आयुर्विम्यापासून आरोग्य विमा-अपघात विमा-घराच्या आगीचा तसेच चोरीचा विमा वगैरे. सर्व विमा पॉलिसींवर नामांकन अबाधित आहे की नाही, याची शहानिशा करावी. कोणत्या पॉलिसीला कोणाचे नामांकन आहे, ते वहीत नमूद करावे. दावा करायचा असेल तर कोठे, कोणाशी संपर्क करायचा, त्या कार्यालयाचा, अधिकाऱ्याचा, एजंटचा फोन क्रमांक आणि पत्ता वहीत लिहावा.
- **नामांकन :** नोकरीच्या ठिकाणचा प्रॉव्हिडंट फंड (EPF) असो वा सार्वजनिक भविष्य निर्वाह निधी खाते (PPF A/C) या खात्यांवर नामांकन कोणाकोणाचे आणि प्रत्येकाची हिस्सेवारी टिपून ठेवावी.
- **मृत्युपत्र (WILL) :** जर लग्नच केलेले नसेल किंवा संततीच नसेल किंवा एकापेक्षा अधिक संतती असेल तर मृत्युपत्र करून त्यात स्वकष्टार्जित स्थावर संपदेसह सर्व गुंतवणुकीचा बँक खाते क्रमांकासह उल्लेख करावा.

''बाप रे! आम्ही पन्नाशी उलटून साठीजवळ आलो तरी यापैकी तीन-चार गोष्टी वगळता बाकी कसलाच विचार केला नव्हता.'' वसुंधराताईंनी कबुली दिली.

■■■

कायदेशीर वारस आणि नामांकन

नामांकन असलेली व्यक्ती ही केवळ त्या मालमत्तेची किंवा गुंतवणुकीची विश्वस्त (ट्रस्टी) असते; कायद्याने मालक नसते. या नॉमिनीने त्या मृत व्यक्तीच्या कायदेशीर वारसांकडे ती मालमत्ता किंवा गुंतवणूक हस्तांतरित करणे कायद्यानेच बंधनकारक आहे.

''अहो ताई, आज तुमचा चेहरा खूश नाही दिसत.''

''हो ना! वसुंधराताई... घरी काही प्रॉब्लेम?''

''अगं मुलींनो, माझा काहीच प्रॉब्लेम नाही, पण...'' वसुंधराताईंच्या डोळ्यांत पाणी आले.

''पण काय?.. मनात ठेवून जास्त त्रास होणार... त्यापेक्षा सांगून मन मोकळं करा.'' सई म्हणाली.

''माझ्या शेजारी एक सज्जन कुटुंब राहतं. गेल्या महिन्यात त्यांचे वडील वारले. त्यांची आयुर्विमा पॉलिसी होती. शिवाय, म्युच्युअल फंड, पीपीएफ, शेअर्स, चार बँकांमध्ये ठेवी आणि खाती...!'' वसुंधराताई सांगत होत्या.

''या गुंतवणुकीचं काय होणार?'' सरोजचा प्रश्न.

''अगं सरोज, गुंतवणुकीचं काय घेऊन बसलीस... या माणसाने नामांकनाचा (नॉमिनेशन) मोठा घोळ घातला आहे. आयुर्विमा पॉलिसी खूप जुनी... त्यांच्या लग्नाआधी घेतलेली. त्या पॉलिसीवर भावाचं वारस म्हणून नामांकन आहे. बायकोचं वारस म्हणून नामांकन फक्त बँक खाती ठेवींवर आहे. पीपीएफसाठी मोठ्या मुलाचं नाव आहे... सुदैवाने तो 'मेजर' (वयस्क) आहे. शेअर्समध्ये पुन्हा भावाचं नाव एका डिमॅट खात्यासाठी, तर दुसऱ्या डिमॅट खात्यासाठी बायकोचं नाव...!''

''कमाल आहे ना या माणसाची... बायको-मुलांची नावं वारस म्हणून द्यायचा सोडून भावाला कुठे वारस म्हणून नेमला?'' सरोज वैतागून म्हणाली.

''वसुंधराताई, तुमची अडचण आली माझ्या लक्षात!'' सई सहजपणे बोलली.

''कोणती गं?'' सायलीचा प्रश्न.

''अगं सायली, ज्याला वारस म्हणून नेमला तो भाऊ, त्या मृत भावाच्या बायका-मुलांना ते पैसे द्यायला तयार नसेल. हो की नाही?''

''अय्या... असंच झालंय! त्यामुळे आता कोर्टबाजी करावी लागेल की काय, अशी भीती माझ्या शेजारच्या वहिनींना आणि मुलांना वाटतेय.'' वसुंधराताईंनी सईला सांगितले.

''पण ताई, त्या मृत व्यक्तीने मृत्युपत्र आधी केलेलं असेल तर सगळे प्रश्न पटकन सुटतील... नाहीतर समजुतीने प्रकरण हाताळावं लागेल... नाहीच जमलं तर कोर्टात जावं लागेल!'' सईने समजावले.

''हे बघा ताई, नामांकन असलेली व्यक्ती ही केवळ त्या मालमत्तेची किंवा गुंतवणुकीची विश्वस्त (ट्रस्टी) असते; कायद्याने मालक नसते. या नॉमिनीने त्या मृत व्यक्तीच्या कायदेशीर वारसांकडे ती मालमत्ता किंवा गुंतवणूक हस्तांतरित करणं कायद्यानेच बंधनकारक आहे. कायदेशीर वारस म्हणून जर मृत्युपत्रात उल्लेख केलेला असेल, मृत्युपत्र केलेलं नसेल तर वारसा हक्क कायदा (सक्सेशन लॉज) अनुसार जे वारस म्हणून सिद्ध होतील, त्यांनाच ती मालमत्ता अथवा गुंतवणूक त्या-त्या प्रमाणात प्राप्त होऊ शकते. मृत्युपत्र नसेल आणि मुलं वयस्क (मेजर) असतील तर स्थावर संपदेसह गुंतवणुकीत बायको आणि मुलांना समप्रमाणात हक्क शाबित होतो.''

सईच्या स्पष्टीकरणावर सरोजने अचानक विचारले, ''अगं सई, पण आयुर्विमा पॉलिसीवर विमाधारकाच्या बायकोचाच हक्क असतो ना?''

''असं म्हणता येणार नाही. विमा पॉलिसीतील नामांकन विमा कायद्याच्या कॉलम ३९ अन्वये विमा उतरवण्यायोग्य हिताच्या तत्त्वात (प्रिन्सिपल ऑफ इन्शुरेबल इंटरेस्ट) बसत असेल तरच अशा व्यक्तींना 'नॉमिनी' म्हणून नोंदले जाते. हे 'नॉमिनी' तुमचे कुटुंब सदस्य असणं आवश्यक असतं. जर कुटुंब सदस्य नसलेली कोणतीही व्यक्ती किंवा त्रयस्थ पक्ष यांना वारस म्हणून नामांकन करायचे असेल तर त्यामागील 'इन्शुरेबल इंटरेस्ट' सिद्ध करावा लागतो, अन्यथा हे नामांकन फेटाळलं जातं.''

''बाकीच्या गुंतवणुकीतही असंच असतं का?'' वसुंधराताईंच्या प्रश्नाला सई उत्तरली, ''अहो, बँक ठेवी व खात्यांमधील रक्कम नामांकन असलेल्या व्यक्तीकडे सुपुर्द केली जाते. बँकिंग रेग्युलेशन कायद्याच्या कलम ४५ झेडए (२) अन्वये ठेवीदाराच्या मृत्यूनंतर नामांकन असलेली व्यक्ती त्या रकमेवर दावा करू शकते. पण हा दावासुद्धा 'विश्वस्त' म्हणूनच ठरतो. इतर वारसामध्ये ही रक्कम समप्रमाणात विभागणे यात विश्वस्तांची कृती बंधनकारक ठरते. पीपीएफ खात्यामध्ये नामांकन केलेलं नसेल तर त्या पीपीएफ खातेधारकाच्या खात्यातील रक्कम कितीही लाख-कोटी रुपयांत असली तरीही कायदेशीर वारसांना प्रत्येकी अधिकतम फक्त एक लाख रुपयांपर्यंतच मिळू शकते. पीपीएफ खात्याला एकापेक्षा अधिक व्यक्तींचे नामांकन करण्याची सुविधा आहे.

''पीपीएफ खात्यावरील नामांकन केलेली व्यक्ती मृत झाल्यास त्वरित दुसरे नामांकन करणे आपल्याच वारसाच्या हिताचे ठरते. शेअर्सच्या डिमॅट नामांकनाबद्दल बोलायचे तर 'नॉमिनी'लाच सर्व हक्क प्राप्त होतात. कंपनी कायद्याच्या कलम १०९ (ए) अन्वये आणि डिपॉझिटरीज कायद्याच्या कलम ९.११ अन्वये 'नॉमिनी'कडे हे सर्वाधिकार पोहोचतात. सर्व प्रकारच्या 'नॉमिनेशन्स'ला मृत्युपत्रच खरं उत्तर ठरते. हे मृत्युपत्र नोंदणीकृत असेल तर त्याच्या सत्यतेबाबत वाद कमी होतात.''

''सई, शेजारच्या वहिनींना तुझा नंबर देते. बघ काही मदत करता आली तर...!'' वसुंधराताई सईच्या खांद्यावर थोपटत बोलल्या.

■■■

रिटायर्ड नव्हे, 'रिजूव्हिनेटेड'

तुम्ही रिटायर नाही, 'रिजूव्हिनेटेड' होणार आहात. आजवर तुमच्या ज्या काही आवडीनिवडी राहिल्या आहेत, छंद जोपासायचे राहिले आहेत, त्यासाठी रिजूव्हिनेट म्हणजे अगदी टवटवीत होऊन ते सर्व करण्याचा ध्यास घेणे!

''आज सर्व जणी एवढ्या अबोल का? ताई, तुम्हीसुद्धा गप्प आहात... काय झालं?'' सईने विचारले.

''अगं सई, गेली कित्येक महिने-वर्षं आपण एकत्र प्रवास केला. एकमेकांची काळजी घेतली. अगदी सुख-दु:खंही समजून घेतली... आणि आता हा आजचा दिवस आला!'' ताईंच्या डोळ्यांत अश्रू उभे राहिले.

''ताई शांत व्हा! परवापासून तुम्ही रिटायर होणार म्हणून म्हणताय ना?'' सईने विचारले.

''अगं, आम्हीपण ताईंना समजावतोय; पण...!'' आता मानसीच्या तोंडून शब्दच फुटेना.

''ताई, तुम्ही कधीही मनात आलं तर आम्हांला भेटायला गाडीत किंवा घरी येऊ शकता!'' सायली म्हणाली.

''हो! मी दर आठवड्याला येईन गाडीवर भेटायला.'' ताई सायलीला म्हणाल्या.

''पण ताई, येताना तुमच्या हातचा गाजराचा हलवा घेऊन या हं नक्की!''

''अगं बायांनो! आता रिटायर्डचा शिक्का बसणार माझ्यावर! इतके दिवस वेळ कमी पडत होता रोजच्या कामाला! आता काय... वेळच वेळ!'' ताईंच्या डोळ्यांतून अश्रू टपकू लागले.

''ताई, तुम्हांला वाटतंय की आपण आता सर्वांपासून लांब जातोय. पण काही वेळा हे लांब जाणं इतरांना बरंच काही शिकवून जातं! खरं तर तुम्हां सर्वांपेक्षा मीच लांब जाणार आहे!'' सईच्या या बोलण्यावर सर्वच जणींनी एकदम विचारले, ''म्हणजे!''

''म्हणजे, माझ्या नवऱ्याने सायप्रसची नोकरी स्वीकारली आहे. त्याला १५ दिवसांत तिथे जॉईन व्हायचं आहे. त्याच्या कंपनीच्याच उपकंपनीत मलाही नोकरी देत आहेत. इकडचं शैक्षणिक वर्ष संपलं की मी आणि मुलगा एप्रिलमध्ये जाऊ...!''

सईला मध्येच अडवत मानसीने विचारले, ''आल्या-आल्या का नाही सांगितलंस हे... तुझ्या नवऱ्याच्या आणि तुझ्या बुद्धीचं आम्हांला कौतुकच वाटतं बरं!''

''तसं नाही, मानसी! मी गाडीत आले तर तुम्ही सर्व गंभीर होता... म्हणून काही सांगितलं नाही!'' सईने स्पष्टीकरण दिले.

''चला... मी परवापासून घरी बसणार, सई चार महिन्यांत सायप्रसला, आणि सायलीची बदलीही दोन महिन्यांत अपेक्षित आहे. राहिली बिचारी मानसी!'' ताई गंभीर स्वरात म्हणाल्या.

''अहो ताई, प्रत्येकाची तरक्की होत आहे. पण फोन, ई-मेलवरून अगदी कॉन्फरन्स कॉल लावून अशाच गप्पा मारू. खरं तर ताई, तुम्ही रिटायर नाही, 'रिजूव्हिनेटेड' होणार आहात. आजवर तुमच्या ज्या काही आवडीनिवडी राहिल्या आहेत, छंद जोपासायचे राहिले आहेत, त्यासाठी रिजूव्हिनेट म्हणजे अगदी टवटवीत होऊन ते सर्व करण्याचा ध्यास घेणं! आणि हां... घरीच आहात म्हणून घरात सारखी धुसफुस नाही करायची. मस्त टीव्ही बघत... एन्जॉय करत रोजच धमाल करायची!'' सईचे बोल ऐकून ताईंना हसूच फुटले.

''खरंच सई, तू म्हणजे एक उत्साहाचा झरा आहेस! तुझ्या एवढ्या सांगण्याने मला आपण काहीतरी केलं पाहिजे असं वाटू लागलंय! एक मात्र ठरवलंय, की दर शनिवारी रात्री मुलगा, सून आणि आम्ही दोघं रमी खेळणार आहोत.'' ताई उत्साहात म्हणाल्या.

''अय्या! तुम्ही रमी खेळता! इतक्या वर्षांत कधी बोलला नाहीत!'' सईने विचारले.

''अगं, खरं सांगू, मला पत्ते खेळायला खूप आवडतं. त्यातून रमीची गोडी आमच्या ह्यांनी लावली. गंमत म्हणून घरातल्या घरात चक्क एक रुपया पॉईंटने आम्ही खेळतो.'' ताई हे सांगताना चक्क लाजल्या.

''ताई, तुम्ही पत्त्यांचा जुगार खेळता तर...!' मानसी सईला डोळा मारत म्हणाली.

''अगं, सून घरात येऊन चार महिने झाले तरी ती एकदाही रमीत कमावू शकलेली नाही... मी मात्र... जाऊ दे!' ताई हसत सुटल्या.

''ताई, यालाच धमाल म्हणतात. रमीच्या खेळातून तुम्हांला ऊर्जा मिळणार आणि तुमचे इतर छंद...!'' सईला थांबवत सायली बोलू लागली, ''नवीन रेसिपीज बघून तसे पदार्थ खाऊ घालणं... मराठी नाटकांचं व्रत करणं... म्हणजे रोज एक नाटक याप्रमाणे एक आठवडा. ताई दर वर्षी एन्जॉय करतात त्याप्रमाणे आनंदानं हे व्रत आता १५ दिवसांचं करावं!''

''अय्या! ताई, मला हे नव्हतं ठाऊक तुमची अशी कडक व्रत असतात ते!'' सई म्हणाली.

''अगं, खरं सांगू, आपल्या रोजच्या जीवनात एवढे ताणतणाव असतात, की... पण आता माझा रिटायरमेंटचा तणाव सईच्या बोलण्याने गेला. सईच्या भाषेत 'रिजूव्हिनेटेड' होऊन वावरणार आता! महिला मंडळातही सामील होऊन एकीकडे समाजासाठी काही करणार... आणि हो, नुसतं 'पेन्शनर' म्हणून न राहता शेअर्सच्या गुंतवणुकीकडे गांभीर्याने बघून त्याचाही आनंद घेणार!''

एवढ्यात सई म्हणाली, ''रिटायर्ड यंग सिटीझन... नव्हे 'रिजूव्हिनेटेड यंग सिटीझन' म्हणून कार्यरत राहणार!''

सगळ्या जणी 'यऽऽस्स!' म्हणून ओरडल्या.

■■■

उलट तारणाचा (रिव्हर्स मॉर्गेज) तरणोपाय

रिव्हर्स मॉर्गेज कर्ज फक्त वयाची ६० वर्षे पूर्ण केलेल्या ज्येष्ठ नागरिकांसाठी आहे. या कर्जाची व्याजासकट परतफेड एकरकमी करायची नसून, बँक ती मालमत्ता ताब्यात घेऊन त्याची विक्री करून कर्जाची व्याजासकट रक्कम वसूल करते.

''अहो ताई, जरा हळू... किती धावलात ट्रेन पकडायला... दम घ्या!'' सायली वसुंधराताईंना बसायला जागा देत म्हणाली.

''ताई, या वयात अशी धावपळ नका करू. एक गाडी गेली तर दुसरी आहे. पण आरोग्याची गाडी रुळावरून एकदा घसरली की रुळावर आणताना कोण कष्ट पडतात!'' सई म्हणाली.

''प्रकृतीची वाट लागतेच. शिवाय, पैसाही जातो डॉक्टरांच्या खिशात!'' मानसीने सईची री ओढली.

पाण्याची बाटली तोंडाला लावत वसुंधराताईंनी खुणेने सर्वांना 'गप्प' केले. तरीही, मानसी सवयीने बोललीच, ''ताई, काय झालं?''

''अगं मानसी, पाणी तरी प्यायला देशील की नाही? प्रश्नांची मालिकाच सुरू करतेस ते!''

ताई बोलू लागल्या, ''अगं, आमच्या ओळखीचं एक म्हातारं जोडपं आमच्याच कॉम्प्लेक्समध्ये राहतं. त्यांना दोन मुलं... मुलगी दुबईत सेटल्ड, तर मुलगा अमेरिकेत. पण दोघंही म्हणावं तेवढं आईबापाकडे लक्ष देत नाहीत. या दोन्ही म्हाताऱ्यांना मधुमेह, ब्लडप्रेशर आणि बरंच काही आहे. आजोबांना पेन्शन मिळते. त्यात दोघांचं भागत होतं. पण ही आजारपणं... औषधं यातच अर्धी पेन्शन जायला लागली. मुलाचं म्हणणं, आईबाबांना पैसे हवे असतील तर ते मागतील. या आईबाबांचं म्हणणं, एरवी विचारत नाहीत तर यांचे पैसे कशाला घ्या!''

''नेमका प्रश्न काय आहे आजी-आजोबांचा?'' मानसीने इतका वेळ थांबून प्रश्न विचारलाच.

''अगं मानसी, सोसायटीचा मेंटेनेन्स, घरखर्च, इतर देणी द्यायला आता राखून ठेवलेल्या मुदतठेवीही खर्च झाल्या. त्यात महागाई... त्यामुळे पेन्शन अपुरी पडत आहे. शिवाय, डॉक्टर तर यांच्या पाचवीलाच पुजला आहे.'' ताई म्हणाल्या.

''ताई, त्यांना हा फ्लॅट विकून छोटा फ्लॅट घ्यायला सांगा. त्यामुळे भरपूर पैसेही हातात राहतील आणि...!'' सायलीच्या बोलणे मध्येच तोडत ताई म्हणाल्या, ''अगं, आता ३५-४० वर्षं ते या कॉम्प्लेक्समध्ये राहतात. सगळ्यांशी चांगले संबंध आहेत. अडीअडचणीला एकाला हाक मारली तर दहा जण मदतीला येतात. त्यामुळे त्यांना ही जागा सोडवत नाही!''

''ताई, यावर एक छान उपाय आहे.'' यावर सर्व जणी सईकडे बघू लागल्या.

''वृद्धाश्रमात जावं ना!'' मानसीची नेहमीप्रमाणे वेगळीच शंका.

''नाही गं! त्या आजोबांनी चक्क 'रिव्हर्स मॉर्गेज' म्हणजे 'उलट तारण' घेऊन आनंदात पुढची वर्ष घालवावीत!'' सईने उपाय सुचवला.

''रिव्हर्स मॉर्गेज म्हणजे काय?'' यावर मानसी चटकन उत्तरली, ''रिव्हर्स मॉर्गेज म्हणजेच उलट तारण!''

''मानसी, तेवढं कळलं मला... पण नेमकं काय करायचं?'' ताईंनी सईला विचारले.

''आपण जेव्हा घरासाठी कर्ज घेतो तेव्हा त्या कर्जाचे हप्ते समान मासिक हप्त्याने (इक्वेटेड मंथली इन्स्टॉलमेंट) फेडतो. त्या वेळी आपलं घर त्या बँकेकडे किंवा वित्तसंस्थेकडे कर्जाची पूर्ण परतफेड होईपर्यंत तारण राहिलेलं असतं. हीच प्रक्रिया रिव्हर्स मॉर्गेजमध्ये उलटी असते. आपण आपलं घर बँक किंवा वित्तसंस्थेकडे तारण ठेवून दरमहा समान मासिक हप्त्यात कर्ज घ्यायचं. काही वेळा एकरकमीही असं कर्ज घेण्याची सोय आहे.''

सईच्या बोलण्याला ब्रेक लावत मानसीने विचारले, ''म्हणजे आपलं घर तारण ठेवून घेऊन बँका आपल्यालाच दरमहा ठरावीक रक्कम कर्ज म्हणून देतात? पण हे कर्ज फेडणार कधी? निवृत्त झाल्यावर कर्जासाठी कोणीही दारात उभं करत नाही; तर म्हातारपणी...!''

सई तिला सांगू लागली : ''अगं मानसी, हे रिव्हर्स मॉर्गेज कर्ज तुला-मला मिळणारच नाही. हे कर्ज फक्त वयाची ६० वर्षं पूर्ण केलेल्या ज्येष्ठ नागरिकांसाठी आहे. या कर्जाची व्याजासकट परतफेड एकरकमी करायची नसून, बँक ती मालमत्ता ताब्यात घेऊन त्याची विक्री करून कर्जाची व्याजासकट रक्कम वसूल करणार. या ज्येष्ठ नागरिकांच्या मुलांना, त्यांना मिळणारी ही मालमत्ता बँकेच्या हातात जाऊ नये असं वाटत असेल, तर त्या मुलांनी आईवडिलांच्या या कर्जाची परतफेड करावी. ताई, मी काय सुचवते, त्या आजी-आजोबांना रिव्हर्स मॉर्गेज करायला सांगा. त्यांची पैशाची ददात मिटून जाईल.''

''हे रिव्हर्स मॉर्गेज कसं करतात गं?'' मानसीचा प्रश्न आलाच.

''संपूर्णपणे स्वतःच्या मालकी हक्काची ही वास्तू म्हणजे फ्लॅट, बंगला वगैरे असला पाहिजे. या वास्तूचं अपेक्षित आयुष्य किमान २० वर्षं असणं आवश्यक आहे. कर्जाची रक्कम निवासी घराच्या बाजारमूल्यावर आधारित असून कर्जदाराच्या वयानुसार त्या निर्धारित मूल्यांच्या किती प्रमाणात कर्ज द्यायचं ते निश्चित केलं जातं. ६० ते ६५ वर्ष वयोगटासाठी घराच्या निर्धारित मूल्याच्या ४० टक्के कर्जाची रक्कम दिली जाते, तर ६६ ते ७० वयोगटासाठी ५० टक्के, ७१ ते ७५ वयोगटासाठी ५५ टक्के, तर ७५हून अधिक वयोगटासाठी ६० टक्के रक्कम कर्ज म्हणून निश्चित केली जाते.

''हीच रक्कम कर्जदार दरमहा, तर तिमाहीस, दर सहामाहीस, दर वर्षी किंवा एकरकमी उचलू शकतो. या कर्जाची अधिकतम मुदत १५ वर्षांची आहे. ही रक्कम स्वतःच्या किंवा कुटुंबाच्या उदरनिर्वाहासाठी,

गृहकर्जाच्या परतफेडीसाठी, घराच्या नूतनीकरणासाठी किंवा स्वत:सह कुटुंबातील सदस्यांच्या वैद्यकीय खर्चासाठी वापरण्याची मुभा आहे. उद्योग-व्यवसायासाठी हे कर्ज उपलब्ध होत नाही.'' सईने खूपच विस्ताराने माहिती दिली.

''आजच मी त्या आजी-आजोबांना तू सांगितलेली योजना सांगते. बिचाऱ्यांचा एक प्रश्न कायमचा सुटेल.'' वसुंधराताई म्हणाल्या.

■■■

मृत्यूपूर्वीची अशीही जबाबदारी

घरात जेव्हा अघटित घडते किंवा वैद्यकीय उपचारापोटी आणीबाणीची परिस्थिती निर्माण होते, अशा वेळी नोंदवलेल्या सर्व आयडी, पासवर्ड, एटीएमचे पासवर्ड्स यांची गरज भासते.

''ट्रेन बराच वेळ थांबली आहे. काय झालंय कुणास ठाऊक?''

''वसुंधराताई, जरा खिडकीतून बघा...''

''आला असेल आडवा गाडीखाली... याच वेळेला यांना कडमडायचं असतं.''

''ए बायांनो, स्ट्रेचर नेत आहेत... म्हणजे खरंच कोणीतरी ट्रेनखाली आलाय!'' वसुंधराताईंनी खिडकीतून बघून माहिती दिली.

''जिवावर उदार होऊन कशाला रूळ ओलांडतात ते समजत नाही मला!'' सायली उद्वेगाने म्हणाली.

''आपली माणसं, नातेवाईक वाट बघत असतात. त्यांना काय वाटेल, त्यांचं भवितव्य काय होईल, याचा सारासार विचारच ही मंडळी करत नाहीत.'' सई बडबडली.

''अगं सई, काही वेळा अपघात नसतोच.आत्महत्या करतात जिवाला, त्रासाला कंटाळून!'' मानसीने नेहमीप्रमाणे वेगळाच मुद्दा चर्चेत आणला.

''खरं आहे मानसी, तुझं म्हणणं! आत्महत्या करणाऱ्या लोकांनी फक्त स्वत:चा जीव संपवलेला असतो. पण त्याच्या मागे राहिलेल्या नातेवाइकांना त्यामुळे हलाखीचे जीवन जगावं लागतं, त्याचं काय?'' सई त्वेषाने बोलली.

''अगं, पण आपण खरं म्हणजे वयानं, परिस्थितीनं कितीही वाढलो तरी अमरत्वाचा पट्टा घेऊन फिरत असल्यासारखेच वावरत असतो. समजा, अघटित काही घडलं, तर आपल्या कितीतरी बाबींबद्दल घरातले अनभिज्ञच असतात.'' सायलीने गप्पांची गाडी वेगळ्याच दिशेला वळवली.

''खरं आहे गं सायली, तुझं म्हणणं!'' सईने री ओढली.

''आता हेच बघा ना... तुमच्या किती गुंतवणुकी किंवा आर्थिक व्यवहार, नवरा असो वा आईवडील यांना माहीत आहेत? ही मंडळी चांगलीच आहेत, असं गृहीत धरलं तरी तुम्ही किती गोष्टी त्यांना कळवता– प्रत्यक्ष असो वा अप्रत्यक्षपणे?'' सायलीच्या प्रश्नांवर सगळ्यांनीच मानेनेच नकार दर्शवला.

''अप्रत्यक्षपणे कसं सांगणार?'' मानसीचा प्रश्न आलाच.

''अगं मानसी, एक डायरी किंवा वही घेऊन त्यात सर्व नोंदी करायच्या. घरातील सर्वांचे इन्कम टॅक्स, पॅन नंबर्स, बचत खाती क्रमांक, बँकेच्या शाखांची नावं अणि दूरध्वनी क्रमांकासह, विमा पॉलिसी क्रमांक, विमा कार्यालयाच्या दूरध्वनी-पत्त्यासह, सोबत एजंटचं नाव, पत्ते, फोन नंबर लिहावेत. बँक-पोस्ट ठेवींची नोंद सर्टिफिकेट क्रमांकासह त्या-त्या बँक शाखेच्या नावाचा उल्लेख करावा, पीपीएफची खाती असली, तरी त्या-त्या बँकेचा किंवा पोस्टाचा पत्ता-दूरध्वनी खाते क्रमांकासोबत लिहावा. बँक लॉकर क्रमांक बँकेच्या नाव-पत्त्यासह नमूद करावा. स्थावर मालमत्तेची करारपत्रं, सोसायटीत नामांकन केल्याचे सोसायटीने दिलेले पत्र, जमिनीच्या सात-बारा उताऱ्यांचे भूमापन क्रमांक, गट क्रमांक इत्यादींची माहिती त्या वहीत लिहावी.'' सायलीची यादी संपत नव्हती.

''अगं सायली, काही जणांना आपण घरी न सांगता-विचारता काही रक्कम उधार तरी देतो किंवा घेतो. जर ती रक्कम देण्या-घेण्याआधीच त्यापैकी एका व्यक्तीचं बरं-वाईट झालं, की रक्कम बुडालीच की...!'' मानसीने व्यावहारिक मुद्दा मांडला.

''मानसीचं बोलणं खरं आहे. आपण बऱ्याच वेळा मित्रमैत्रिणींना किंवा नातेवाइकांना आर्थिक मदत करतो, पण घरातल्यांना हे व्यवहार माहीत नसतात. असे व्यवहार रकमेच्या उल्लेखासह त्या-त्या लोकांची नावं, पत्ते, फोन आणि ज्या दिवशी आर्थिक व्यवहार केला ती तारीख नोंदवून ठेवावी. व्याजाने दिले असतील, तर व्याजदराचा उल्लेखही स्पष्ट करावा. आपणही अशीच आर्थिक उचल कोणाकडून घेतली असेल, तर त्याच्या नाव-पत्ता-दूरध्वनी क्रमांकाच्या माहितीसह कोणत्या अटींवर, किती रक्कम, कशासाठी घेतली ते नोंदवून ठेवलेलं असावं. आपण लोकांना दिलेले पैसे नोंदवायचे आणि स्वतः घेतलेले किंवा उचललेले पैसे मात्र नोंदवायचे नाहीत, असं करायचं नाही.''

''हो गं सायली, हीपण एक प्रवृत्ती असते माणसात!'' सई म्हणाली.

''हल्ली आपण बरेच व्यवहार नेटने करतो. ऑनलाईन केलेले व्यवहार इतके व्यक्तिगत असले तरीही मला वाटतं आयडी आणि पासवर्ड्स कुठेतरी घरात नोंदवून ठेवायला हवेत.'' वसुंधराताईंनी इतक्या वेळाने बोलून महत्त्वाचा मुद्दा गप्पांत आणला.

''ताई, छानच बोललात. खरं आहे तुमचं म्हणणं. घरात जेव्हा अघटित घडतं किंवा वैद्यकीय उपचारापोटी आणीबाणीची परिस्थिती निर्माण होते, अशा वेळी हे सर्व आयडी, पासवर्ड, एटीएमचे पासवर्ड्स यांची गरज भासते. आपल्याशी प्रामाणिक असलेल्या व्यक्तीबरोबर हे शेअरिंग करताना ती व्यक्ती त्याची ही सर्व माहिती आपल्याला शेअर करत असेल तरच हे ठीक होईल!'' सायली म्हणाली.

''थोडक्यात काय; तर जीवन जगतानापण जबाबदारीने जगायचं... इतरांना त्यात सामावून घेऊन; आणि मरतानाही आपली ही सर्व जबाबदारी पार पाडून मरायचं!'' मानसीच्या या बोलण्यावर हशा पिकला.

''अगं मानसी, जीवन अशाश्वत आहे म्हणून तर हे सर्व आधी करायचं... आपल्याच माणसांच्या भल्यासाठी!'' वसुंधराताई बोलल्या.

■■■

परदेशातील नोकरी : केवळ थप्पीसाठी की...

ज्या देशात जॉब मिळाला आहे त्या देशाचे तापमान, राहणीमान, सामाजिक-राजकीय परिस्थिती सर्वच बघावे लागते. कुटुंब स्थलांतरित करता येईल का, हा प्रश्नही तितकाच महत्त्वाचा ठरतो.

''सई, आज तू मूडमध्ये दिसत नाहीस!'' ताईंनी सईकडे बारकाईने बघत विचारले.

''सकाळी-सकाळी... पतीराजांबरोबर हिशेबावरून भूपाळी गायली असेल! हो की नाही, सई?'' मानसीनेसुद्धा सूर लावला.

''नाही ग बायांनो, माझ्या नवऱ्याला एकाच वेळी दोन देशांतून जॉबची ऑफर आली आहे.'' सई पुढे बोलणार एवढ्यात सायली म्हणाली, ''अय्या! मज्जाच आहे... ज्या देशात पगार जास्त त्या देशाची ऑफर घ्यायची!''

त्यापेक्षा सहा महिने एका देशात आणि सहा महिने दुसऱ्या देशात... तेवढेच दोन देश बघून होतील!'' मानसीच्या या बोलण्यावर सईने नाक मुरडले, तर बाकीच्यांनी मानसीला नमस्कार करत 'धन्य झालो आम्ही!' म्हटले.

''कोणत्या देशातून ऑफर आहे?'' ताईंनी सईला विचारले.

''अहो, कुवेत आणि लॅटविआ या दोन देशांतून ऑफर आहे.'' सईने सांगितले.

''कुवेत ठीक आहे... पण ते लॅटविआ की फॅटविआ नको... या देशाचं नावपण कधी ऐकलेलं नाही!'' मानसीने तिचे मत जोरात प्रकट केले.

''अगं, तुला माहीत नाही तो देश म्हणजे... तो देश फालतू का?... काहीतरीच बोलते ही!'' सायली मानसीवर उसळली.

''सायली, या दोन देशांची चलनं (करन्सीज्) संपूर्ण जगभरात मौल्यवान ठरली आहेत. त्यामुळे देश लहान असो वा मोठा... आज त्यांच्या चलनांना आणि अर्थव्यवस्थेला जगभरात 'किंमत' आहे.'' सईने सांगितले.

''अगं, पण अमेरिकन डॉलरच शेवटी सर्वश्रेष्ठ ठरतो ना? सगळे त्या डॉलरच्या आकर्षणापायीच अमेरिकेला धावतात.'' वसुंधराताई मध्येच बोलल्या.

''नाही, ताई! डॉलरपेक्षा पौंड महाग आहे. माझा चुलत दीर आहे यूकेला... त्यानेच सांगितलं!'' मानसीचे शब्द पुन्हा घुसलेच.

''तुम्हांला एक गोष्ट माहीत आहे का?'' सईने विचारले.

''कोणती?'' सर्व जणी एका सुरात म्हणाल्या.

''जगातल्या पहिल्या दहा मौल्यवान चलनांमध्ये अमेरिकन डॉलरचा क्रमांक येत नाही.''

यावर सायलीने विचारले, ''अगं पण जगाचे सर्व व्यवहार तर अमेरिकी डॉलर्सवरच होतात ना?''

''हो! पण ते एक सर्वमान्य आणि सामायिक चलन म्हणून... याचा अर्थ ते चलन जगात सर्वश्रेष्ठ आहे असं नव्हे!'' सई म्हणाली.

''सर्वात मौल्यवान चलन कोणत्या देशाचं आहे?'' ताईंनी विचारले.

''कुवेतचा कुवेती दिनार!'' सईने माहिती पुरवली.

''अय्या! तुझ्या नवऱ्याला कुवेतमधूनच ऑफर आहे ना? घ्यायला सांग ताबडतोब!'' मानसी म्हणाली.

''लॅटविआ देशाचीही ऑफर आहे. त्या देशाचं 'लॅट्स' हे चलन जगातील सहाव्या क्रमांकाचं मौल्यवान चलन आहे.'' सईने माहिती दिली.

''अगं, मग कुवेती दिनार आणि लॅटविआचे लॅट्स याचं रुपयात रूपांतर करून ज्याची रक्कम जास्त येते, ती ऑफर घ्यायची.'' सायलीने मोलाचा मुद्दा मांडला.

''अरे वा! सायली, तू भन्नाट बोललीस. याच मुद्द्यावर काल रात्री आम्ही चर्चा केली... फक्त रुपयांऐवजी डॉलर्समध्ये! एक कुवेती दिनार म्हणजे अंदाजे ३.६५ अमेरिकन डॉलर्स होतात. त्याचे आपल्या रुपयात रूपांतर केलं तर अंदाजे आपले २४१ रुपये होतात. लॅटविआच्या लॅटविअन लॅट्सचा विचार केला तर एक लॅट बरोबर अंदाजे २.१३५ अमेरिकन डॉलर्स. याचे आपले रुपये होतात अंदाजे १९३-१९४!'' सई पुढे बोलणार एवढ्यात सर्व जणी एकदम म्हणाल्या, ''अगं, कुवेतला जायला सांग.''

''नुसती पैशांची थप्पी बघून नाही जाता येत... त्या देशाचं तापमान, राहणीमान, सामाजिक-राजकीय परिस्थिती सर्वच बघावं लागतं. अमेरिका काय किंवा युरोपीय देश काय... याचा अंदाज सहज उपलब्ध होतो... आपलं कोण ना कोण त्या देशात असतं. त्यातून माहिती मिळवणं सोपं होतं. मध्यंतरी इजिप्तमधूनही ऑफर होती. तिकडचं अस्थिर राजकीय वातावरण लक्षात घेऊन नकार दिला. शिवाय, आपल्याला कामाचं समाधान आणि आनंद मिळत असेल आणि... अजून काही वर्षं तिथे राहावं लागत असेल तर कुटुंब स्थलांतरित करता येईल का, हा प्रश्नही तितकाच महत्त्वाचा ठरतो. भारतातील शिक्षणव्यवस्थेतून त्या देशातील शिक्षणव्यवस्थेत मुलांना संक्रमित करताना होणारा त्रास किवा मानसिक ताण याचाही विचार करावा लागतो. समजा, त्या देशात गेलो तर मलाही जॉब मिळेलच असं नाही... काही वेळा कंपनीच्या किंवा देशानं घातलेल्या अटी-बंधनांमुळे मला कदाचित नोकरी-व्यवसायही करता येणार नाही. मग एका अर्थाने होणारं आमचं आर्थिक नुकसान एकट्याच्या उत्पन्नात भरून येणार आहे का? नसेल तर... काही महिने किंवा काही वर्षं त्याने परदेशात नोकरी करावी... आम्ही इथंच राहावं... सहा महिन्यांतून एकदा किंवा वर्षातून महिनाभरासाठी– खरं तर २२-२५ दिवसच मिळतात– त्याने यावं एखाद्या वेळी आम्ही जावं!...'' सईच्या लंब्याचौड्या भाषणावर 'आ' वासून बघणाऱ्या सर्वांचे चेहरे सईच्या नजरेत आल्यावर ''अय्या! माझ्याकडे... असं काय बघता? माझ्यापेक्षा तुम्हीच खूप 'सिरिअस' झालात.''

''अगं सई, आम्हांला फक्त आजवर तुमच्या पगाराचे आकडे मोठे असतात म्हणून नेहमी वाटायचं... पण त्यामागचे त्रास, ताणतणाव आणि इतकं सगळं डोकं थंड ठेवून करायचं? बाप रे! आम्हांला नसतं जमलं हो हे!'' वसुंधराताई म्हणाल्या.

''अहो, तसं काही नाही. तुम्ही माझ्या जागी असता ना, तेच केलं असतं जे मी आज करत आहे. कदाचित त्या वेळी काळ वेगळा असल्याने प्रश्नांचं आणि उत्तराचंही स्वरूप वेगळं असतं तरी, विचार हेच असणार होते ना!'' सई म्हणाली.

''म्हणतात ना... जावे त्याच्या वंशा...!'' सायली हसत म्हणाली.

■■■

परदेशात नोकरी-व्यवसायासाठी जाण्यापूर्वी

बाहेर देशात जाताना करायचे एक महत्त्वाचे कागदपत्र म्हणजे मुखत्यारनामा (Power of Attorney). त्यात बँक खात्याच्या व्यवहारापासून सर्व प्रकारच्या गुंतवणुकीचे अधिकार कुटुंबातील एका विश्वासू व जबाबदार व्यक्तीला द्यायचे.

''सायली, मूड नाही का आज?''

''डोळे सुजल्यासारखे वाटताहेत!''

''काल रात्री खूपच वादावादी झाली का?''

वसुंधराताईंनी सर्वांना गप्प करत सायलीला विचारले, ''अगं, सर्व जण आपलं नेहमीच ऐकतील असं नाही. तुमच्यासारख्या 'हाय प्रोफाईल' मुलींना सहन होत नाही. संसार म्हटला की भांड्याला भांडं लागणार... पण वाजणाऱ्या भांड्याला हात लागला की आवाजसुद्धा थांबतो.''

सायली रडत म्हणाली, ''तसं काही नाही झालं... माझ्या नवऱ्याची दोन वर्षांसाठी यूएसच्या प्रोजेक्टवर बदली झाली आहे.''

''अय्या! मग रडतेस कसली? ग्रेटच आहे ही!''

''सायलीला जायचं असेल त्याच्याबरोबर... आणि त्याने 'नाही' म्हटलं असेल...!''

''नाही हो! तसं काही नाही...'', सायली ओरडली, ''माझी लेक डॅडी दिसला नाही तर वेडीपिशी होते. रात्री झोपेत रडत उठते.''

वसुंधराताई तिला समजावत म्हणाल्या, ''अगं, तुझ्या लेकीसाठी डॅडीलाच समजवायला सांग. आजची मुलं खूप समजूतदार आणि स्मार्ट आहेत.''

''अहो ताई, माझी लेक कदाचित ऐकेलही; पण रोजचे घरातले आर्थिक व्यवहार, गुंतवणुकीबरोबरच गृहकर्जाचे, वाहनकर्जाचे हप्ते वेळच्यावेळी देणं, हे सर्व मलाच बघावं लागणार... त्याचं मला जास्त टेन्शन आलंय!'' सायलीने एका दमात तिच्या मनातले सांगून टाकले.

''अगं, त्यात काय... कॅलेंडरवर तारखांना लिहून ठेवायचं सर्व... अमुक तारखेला घराचा हप्ता जाणार, अमुक तारखेला गाडीचा हप्ता जाणार...'' सई वसुंधराताईंना अडवत म्हणाली, ''सायली, तुझा नवरा इथून

जाण्याआधी स्काईप का व्हॉट्सअ‍ॅपवर रजिस्टर करून ठेव. तुझा नवरा आणि तू स्काईपवरच्या व्हिडिओ कॉलिंगच्या माध्यमातून गप्पा मारू शकाल. तुझी लेकसुद्धा त्याला बघून खूश होईल. सर्व आर्थिकच काय; इतर व्यवहारसुद्धा तुला त्याच्या साक्षीने आणि सल्ल्याने सहज करता येतील.''

''मी आजच सांगते हे नवऱ्याला...'' सायली हसत म्हणाली.

त्याच वेळी सई म्हणाली, ''त्याला हे माहीतच असणार. फक्त एक काम कर, तुमची बँक खाती संयुक्त नावे (जॉईंटली) करून घ्या. 'कोणीही एक किंवा हयात असेल तो' (Any one or survivor) या तत्त्वावर त्या खात्यांची कार्यवाही ठेवा.''

सायलीने आश्चर्याने विचारले, ''तुला कसं गं माहिती!''

''अगं, मी सहा महिन्यांसाठी ऑफिसकडून सिंगापूरला ट्रेनिंगला गेले होते, त्या वेळी माझ्या बाबांनी हे सर्व माझ्याकडून करून घेतलं होतं...'' हे सांगतानाच सईला कसलीतरी आठवण झाली. ''हां... अजून एक महत्त्वाचं कागदपत्र म्हणजे मुखत्यारनामा (Power of Attorney). हा मुखत्यारनामा सर्वसाधारण (जनरल) बनवायचा... म्हणजे त्यात बँक खात्याच्या व्यवहारापासून सर्व प्रकारच्या गुंतवणुकीचे अधिकार कुटुंबातील एका विश्वासू व जबाबदार व्यक्तीला द्यायचे.''

घराच्या किंवा जमिनीच्या खरेदी-विक्रीचे व्यवहार, या व्यवहारांच्या नोंदणी क्रमांक शुल्काचे (स्टॅम्प ड्युटी) व्यवहार इत्यादींचा त्या मुखत्यारनाम्यात उल्लेख असावा. महानगरपालिका किंवा स्थानिक स्वराज्य संस्थेकडे करावी लागणारी नोंदणी किंवा तत्संबंधी व्यवहार करण्याचा अधिकार यात असावा. हा मुखत्यारनामा नोटरीद्वारे साक्षांकित आणि नोंदणीकृत असावा. त्याच्या झेरॉक्स प्रतीही नोटरीद्वारे प्रमाणित केलेल्या असाव्यात.

बँक खाते, भविष्य निर्वाह निधी, डिमॅट खाते, तसेच म्युच्युअल फंड्समधील गुंतवणुकींना नामांकन केलेले नसेल तर ते त्वरित करून घेण्याची तसदी घ्यावी. विमा पॉलिसीजने हप्ते कधी आणि किती रकमेचे भरायचे, त्याचा तक्ता करून ठेवावा. १८१ दिवसांपेक्षा अधिक काळ भारताबाहेर राहणार असाल, तर विमा कंपनीला अर्जाद्वारे तसे कळवणे बंधनकारक आहे.

अघटित घडल्यावर वारसांना कोणताही मनस्ताप होऊ नये असे वाटत असेल, देशाबाहेर नोकरी-व्यवसायासाठी जाणाच्या व्यक्तीने ही सर्व प्रक्रिया अधिक जबाबदारीने करणे आवश्यक ठरते.

■■■

लेखक परिचय

विनायक श्रीरंग कुळकर्णी
पत्ता : ३०२, ॲवॉन गॅलेक्सी, टाटा स्टीलसमोर,
दत्तपाडा रोड, बोरिवली (पूर्व),
मुंबई - ४०० ०६६. संपर्क : ९८९२१ ५२९२८

- विज्ञान विषयातील पदवीधर, फायनान्शिअल ॲडव्हायजिंगची पदव्युत्तर पदविका
- आर्थिक विषयावरील १४ पुस्तके प्रकाशित. बालनाट्ये, एकांकिका संग्रह यांसारख्या साहित्यप्रकारांतही विपुल लेखन
- आर्थिक गुंतवणुकीसंदर्भात २५००हून अधिक लेख प्रकाशित
- विविध वृत्तपत्रांमध्ये आर्थिक गुंतवणूकविषयक मार्गदर्शनपर स्तंभलेखन
- संपूर्ण महाराष्ट्रभर 'आर्थिक साक्षरता' या विषयावरील व्याख्याने
- इंटरकनेक्टेड स्टॉक एक्स्चेंज ऑफ इंडियाच्या गुंतवणूक प्रशिक्षण वर्गात मार्गदर्शन
- ओबेरॉय हॉटेलसारखी पंचतारांकित हॉटेल्स, टाटा कॅन्सर हॉस्पिटलसारखी मोठमोठी रुग्णालये, अनेक विख्यात उद्योगसंस्था तसेच भारतीय नौदलातील कर्मचाऱ्यांसाठी आर्थिक गुंतवणूक विषयक समुपदेशन
- मुंबई मराठी वृत्तपत्र संघाचा अर्थवेध पुरस्कार, मुंबई मराठी पत्रकार संघाचा कै. ग. का. रायकर पुरस्कार, कै. गो. म. लाड स्मृती पुरस्कार, महाराष्ट्र साहित्य परिषदेचा पुरस्कार इत्यादी विविध पुरस्कारांनी सन्मानित

www.ingramcontent.com/pod-product-compliance
Lightning Source LLC
LaVergne TN
LVHW082043051026
849532LV00011B/3467